எழில் நலம்

மகுடேசுவரன்

தமிழினி

எழில் நலம்

கவிதைகள்

மகுடேசுவரன்

தமிழினி

63, நாச்சியம்மை நகர், சேலவாயல், சென்னை - 51.

இமெயில்: tamizhininool@yahoo.co.in

போன்: +91 93442 90920

விற்பனையகம்:

25ஏ, தரைத்தளம், ஸ்பென்சர் பிளாசா முதல் பகுதி,
769, அண்ணா சாலை, சென்னை - 2.

போன்: 044 - 2849 0027

முதல்பதிப்பு: டிசம்பர் 2012

© மகுடேசுவரன்

kavimagudeswaran@gmail.com

நூல் வடிவமைப்பு: மணிகண்டன்

அச்சாக்கம்: பாவை பிரிண்டர்ஸ், சென்னை - 14.

விலை ரூ.100

நுழைவாயிலற்றுச்
சிப்பிபோல் இறுக வாய்மூடி
இருக்கிறது
பெருங்கானகம்.

உள்ளேகினால்
வெளியேறும் வழி மறைத்து
தனக்குள்ளேயே அடங்கச் சொல்கிறது.

ஆயிரம் பரிகள் பூட்டிய இரதத்தில்
பவனிவரும்
சூரியனின் சுள்கதிர்கள்கூட
சருகுமண்டிய அதன் தளத்திற்கு
அந்நியமே.

கானகத்திற்கென்றே
இயற்கையின் கடவுச்சீட்டு பெற்ற
புத்துயிர்கள் உள்ளனவாம்.

காட்டின் இரகசியச் சுனைகளில்
இன்னும் இராம லட்சுமணர்களுக்கு
தாகஜலம் சுரந்துகொண்டிருக்கிறது.

அதன் மறைவான
குகைக் கற்படுக்கைகள்
பாண்டவர் சயனித்த நிறைவில்
குளிர்ந்திருக்கின்றன.

இன்னும்
பறித்துருவப்படாத மூலிகைக் கொடி
பெயர் தெரியாத மரம்பற்றிப்
படர்ந்திருக்கிறது.

கம்பளி காய்வதுபோல்
தேனடைகள் கிளைதொங்குகின்றன.

பெருவிருட்சக் கிளை விதானங்களில்
கருஞ்சிறுத்தைகள்
நடந்து போகின்றன.

வனத்தின் கீதம்
மணிப்புட்களின் சிலம்பல்களில்
வழிந்தபடியே இருக்கிறது.

கன்றைத் தொலைத்த யானை
கற்பாறை அருகில்
தும்பிக்கை தொய்ந்து
நின்றிருக்கிறது.

தன் கன்றுக்குத் தரவிருந்த
கானகப் பாசத்தைத்
தன்னை அண்டிப் பிழைக்க வந்த
காட்டில் வழிதப்பிய
ஒரு சிறுவனுக்குத் தர
அந்த யானைத்தாய்
முடிவெடுக்கிறாள்.

அவனைத்
தன் முதுகேற்றி
முதிர்காட்டைப் பழக்குகிறது.

விழுது பற்றிக் கடக்கும்
அந்த வீரக் கானகன்
காட்டின் ஒரே மனித மகன் !

அவன் ஆட்சியில்
காடு இன்னும் செழித்து
நாட்டை அழிக்கட்டும் !
★

இது நள்ளிரவு
ஊர் உறங்குகிறது

நான் விழித்திருக்கிறேன்

புரிகிறது,
என்னைப்போன்ற
மனதுள்ளவர்களும்
விழித்திருக்கிறார்கள்

என் பதற்றங்கள் தணியும் என்று
நம்பவில்லை நான்

என் வேண்டுதல்கள்
மற்றவர் அமைதி குறித்தே

நாளை
அவர்கள் ஆழ்ந்துறங்குவார்கள்

அதைக் காணவேனும்
நான் விழித்திருப்பேன்.
★

இரயில் பயணத்தில்
ஜன்னலில் கண்படும்
தோட்டத்து வீடுகளை
ஏக்கத்தோடு
பார்த்துச் செல்லும்
பயணி நான்.
★

அண்ணனின் பூக்கடையில்
பூமூட்டை சுமந்தான்
தம்பி.

பூச்சரத்தை
மாய்ந்து மாய்ந்து கோத்து
முன்புறக் கவிழ்கூடையில்
வட்ட வட்டமாய் அடுக்கிப்பின்
அடுத்த விடுபூவைக்
கோக்கப் போவான்.

பூக்கடைக்கு
விளம்பரம் தேவையற்றதால்
பூவணிகம் பொலிந்தது.

தானும் காசெண்ணியிடும்
தவிப்புக்காளானான் இளவல்.

அண்ணனிடம்
உரிய பங்கைக் கோரினான்.

எதிர்க்கடை
போட்டுப் பிழை என்ற
ஏச்சுக்காளானான்.

ஏமாற்றத்தின் சுடுநீர் திரளத்
துண்டுதறி வெளியேறினான்.

இருந்த குண்டுமணிப் பொன்விற்று
அதே வீதியில் கடைபிடித்து
பூக்கோத்து அமர்ந்தான் அவன்.

அண்ணனின் கடையில்
ஆறேழு பேர் ஏவலாட
தம்பி ஒருவனே
தனித்து முயன்றான்.

கடையில் தனியனாய்
அநாதைபோல் அமர்ந்து
பூக்கட்டிக்கொண்டிருப்பான்.
பூக்கள் அவன்முன்
வாழ்த்துகளுடன் குவிந்திருக்கும்.

விரல்கள்
எதையோ யாரையோ
முந்தும் அவசரத்தில்
வித்தை செய்யும்.

எல்லா வியாபாரமும்போல்
அவன் முனைப்பும்
எண்ணியதுபோல் இனிக்கவில்லை.

உறவுகள் கூட
அண்ணனிடமே பூவாங்கப் போயின.

இழப்புக்கிடையிலும்
இருந்து காட்டுவேன் என்கிறான்.

சகோதரப் பிணக்கின்
சாட்சியான நான்
தம்பியின் கடையில்
ஒரு முழப்பூ வாங்குகிறேன்.

அதில்
ரோஷத்தின் அரிய வாசனையை
முகர்கிறேன்.
★

அர்த்தங்களில்
அகப்படுவதில்லை;
புரியாப் படிமங்களில்
புதைந்திருக்கிறேன் !

வார்த்தைகளில்
வசிக்கவில்லை;
நான் வாழ்வது
வரிகளுக்கிடையில்.

அச்சுருக்களில்
அமர்ந்திருக்கிறேனா;
இல்லை
அவற்றின் கருப்பு வண்ணத்தில்
உறைந்திருக்கிறேன்.

முற்றுப்புள்ளியில்
என் முகம் உள்ளதா;
இல்லை
முற்றுப்புள்ளிக்கு
அடுத்துள்ள வெளியில்
நான் முளைத்திருப்பேன்.

எழுதிய கவிதைகளில்
என்னைத் தேடுகிறீர்கள்
நான்
என் எழுதாக் கவிதைகளில்
காத்திருக்கிறேன் !
★

கவிதைகள்
யாவும்
மனதோடு
விளையாடும்
விபரீதம் உணராத
விளையாட்டுதானோ..!
★

ஆய்ந்து அறிந்தே
சொல்கிறேன்

உலோபமும் சிறுமையும்
பணக்காரனின்
இரண்டு கண்கள் !
★

குறுக்குப் பாதை
உள்ள ஊர்களுக்கு
நேர்வழியிலேயே செல்கிறேன்.

தனியாய்ச் சொல்ல
ஏதுமற்றவர்களிடமே
உரையாடுகிறேன்.

குமரியைத் தவிர்த்து
கிழவியிடம்போய்
பழம் வாங்குகிறேன்.

ஒரே சாவடியில்
பெட்ரோல் போடுகிறேன்.

ஒரே கடையில் துணியெடுக்கிறேன்.
ஒரே தையல்காரனிடம் தைக்கிறேன்.

புது மாடல் வண்டி
புதிய வசதிகள் மிகுந்த செல்பேசி -
எதன்மீதும் ஆர்வமற்றிருக்கிறேன்.

பின் எப்படி வாய்க்கும்
எனக்கு
ரசமான தினங்கள் ?
★

முத்தம் போல்
அர்த்த முடக்கமான செயல்
வேறில்லை.

பேச்சில் தொற்றிய
பேரன்புச் சூறையை
முத்தம் மட்டுப்படுத்துகிறது.

கண்ணில் ஊதிய
கனவுக் குமிழ்களை
முத்தம் மிதக்க விடுகிறது.

முத்தத் தொடர்புக் காலத்தில்
உள்ளே ஒரு செம்பதாகை
சேருமிடம் தெரியாத் தொலைவுவரை
விரிகிறது.

உச்சி முத்தத்தால்
ஆக்கினை அதிர்வுறுகிறது.

உதட்டு முத்தத்தால்
மூலாதாரம் விடைக்கிறது.

முத்தத்தால்
ஆதி நரம்பில் பரவுகிறது
ஆலய மணியொலி.

முத்தத்திற்கு மட்டுமே
முன்பின் இல்லை.

முத்தத்திற்கான பிரதிவாதி
உயிரும் உணர்வும்
தழைத்துச் செழித்திருக்க வேண்டாவா ?

சிகரெட் பிடிப்பவர்கள்
தெரிந்தே இழக்கிறார்கள்
தத்தம் பிராட்டியரின்
முத்தங்களை.

முத்தமில்லாத
வறண்ட நதியாய்
எல்லார் உதடுகளும்
ஏனோ காய்ந்திருக்கின்றன.

யாருமற்ற சோலையில்
உதிர்ந்த பழமாய்
அழுகிக்கொண்டிருக்கிறது
முத்தம்.
★

கொக்கின்
ஒற்றைக் காலடியில்

அழுக்கின்
சிறுதுணுக்கைத் தேடி
அலையும் மீன்போல்

உன் பேரழகு உதிர்க்கும்
கடைக்கண் பார்வையைத்
தேடிக்கொண்டிருக்கிறேன் !
★

மலையுச்சி வீட்டுக்குத்தான்
உறவைத் துய்த்த
பெண்மனம்போல்
எத்தனை மௌனம் !
★

மதிலில் நடந்து
மதிலில் உறங்கி
மதிலில் வாழும் பூனைக்கு
மதிலுக்கு இருபுறமும்
உள்ள மனைகள்
அந்நியமே !
★

குறுஞ்சிரிப்பதிலே மணிச்சரமும்
கொஞ்சிடும் மொழியில் பழச்சுவையும்

அரும்பிய நுதலின் எழிற்பொலிவும்
அசைவுறுங் குழலின் கருமுகிலும்

இருபெருந்தனமாம் மதன்கொடையும்
இதழ்சுழித்தனுப்பும் சமர்ப்படையும்

கிளிஞ்சலை நிகர்த்த விரல்நகமும்
கிளிகளைப் பழித்த குரல்வளமும்

பளிங்கினைக் குழைத்த உடலழகும்
பார்த்தது முதலென் துயில்விலகும் !
★

முருங்கைப்பூவில்
தேன் குடித்துக்கொண்டிருந்த
கண்ணளவேயான
சின்னஞ்சிறு சிட்டு
என்னைப் பார்த்து
வால் துடிக்க
எதையோ பேசிச் சென்றது.

யார் சொல்லியும் கேளாமல்
வீட்டின்முன் உள்ள முருங்கையை
வெட்டாமல் வளர்த்துப்
பூக்கச் செய்த
என்னைப்
போற்றிப் பாடிப்
போனதாகக் கொள்கிறேன்.
★

சிரித்துக் களித்த கூட்டம்
கலைந்தபின் எஞ்சும்
ஆளற்ற அரங்கின்
இருளுக்கேனும் தெரியுமா
கலைஞனின் கண்ணீர் ?
★

தன் மீது
வழிதவறித் தொற்றிய
புழு கண்டு
அலறித் துடித்தாள்
பட்டுடுத்தியவள் !
★

மகுடேசுவரன் ▶ 13

காலி செய்யப்பட்ட
வீட்டு முகவரிக்கு
கடிதம் வருகிறது.

பூட்டிய கதவின்பின்
தொலைபேசி
ஒலித்தபடியிருக்கிறது.

கிளம்பிச் சென்றுவிட்ட
பிரமுகரைப் பார்க்க
ஒருவர் வந்து விடுகிறார்.

யாருமற்ற சாலை ஒதுங்கிச்
சிறுநீர் கழிக்கையில்
தலைச்சுமையோடு ஒருத்தி
தட்டுப்படுகிறாள்.

மந்தை தவறிய
ஆட்டுக்குட்டியை
தேடித் திரும்பினால்
அது முன்பே வந்து
பட்டியில் படுத்திருக்கிறது.

நிழல்களே அற்ற
தரிசு மண்ணில்
சிறுமழை பெய்கிறது.

அவள்
அவனுக்காகப் புன்னகைக்க
மனம் கனிந்தபோது
அவன்
மனம் பிறழ்ந்துவிட்டான்.

எப்பொழுதும்
ஏதோ ஒன்று
அகாலத்தில் நிகழ்ந்து
வரிசையைக் குலைத்துவிடுகிறது !
★

யார் வேண்டுமானாலும்
கோலம் இடலாம்.

பருவக் குமரி இடும்
புள்ளிகளுக்கும் கோடுகளுக்கும்
இடையில்
ஒரு யவ்வனச் சலனம்
இறைந்துகிடக்குமல்லவா...
அதுபோல்தான்,

யார் வேண்டுமானாலும்
கவிதை எழுதலாம்.

கவிஞனின் கவிதைக்குள்தான்
சொற்கள்
அர்த்தச் சலனமுற்று
ஆனந்த தாண்டவம்
ஆடும் !
★

காதல்
ஒன்றெய்தால்
ஓராயிரமாய்ப் பூக்கும் முகை.
★

திருமணம்
ஒன்றெய்தி
நூறிழக்கும் சூது.
★

பிழைப்பு தேடி
பிறப்பூர் பிரிந்து

பிறவூர் நாடி
வண்டியேறியவன் அருகில்

இன்பச் சுற்றுலா செல்வோர்
வந்தமர்ந்து

இடைவிடாது
சிரித்துக் கொண்டிருக்கின்றனர்.
★

பசி சொல்லிக்
காத்திருக்கும் கணவனுக்காக
உலை வைத்தவள்

அன்னத்தை
இலை வைக்கும் வரை
அதிகம் பேசுவதில்லை!
★

காணாமல் போய்
திரும்பியவனை
பழைய அன்போடு
எதிர்கொள்வதில்லை
யாரும்!
★

எதையும்
எழுதத் தோன்றாத
மனதை
வைத்துக்கொண்டு
என்ன செய்ய ?

வெம்மையற்ற பூனை
மடியில் சுருண்டுறங்குவதைப்போல
அதற்கு
கனமும் இல்லை

எழவும்
முடியவில்லை.
★

புதுத்தெரு நுழைந்து
நாய்பழகத் தெரியாதவன்

அவள் அடுக்ககத்தின் காவலனை
ஊர் விசாரித்துப்
பேசத் தயங்குபவன்

அவள்
மிதித்துக் கடந்த நிழலடியில்
நிற்கத் தெரியாதவன்

கதவைத் தட்ட
அஞ்சுகிறவன்

அவளைத்
தேடிச் சென்றுகொண்டிருக்கிறான் !
★

மளிகைக் கடைக்குத்
தேங்காய்ச் சில்லு
வாங்கச் செல்லும் அம்மாவை

அழுதபடியே
பின்தொடர்ந்து போகும்
அம்மணக் குழந்தைக்கு
என்ன கிடைக்கும் ?
★

நெகிழி மூட்டையில்
உப்பு விற்றுச் செல்கிறான்
அவன்

பெய்து கெடுக்க முடியாமல்
பெய்யும் மழை
★

என் நினைவூட்டும்
எதையும்
காணாமல் செல்.

வடுவின்மீது கைவைத்தால்
உள்ளங்கை முழுக்க
இன்னும் இன்னும் எனத்
தூண்டும் இளஞ்சூடு பரவும்.
★

மழை பெய்கிறது
அது
புயல் முற்றிப்
பொழிகிறது என்பதை
நினைவகற்று !

புயல் என்பதற்கே
முகில் என்றும்
மழை என்றும் தமிழ்ப் பொருள் !

மழை பெய்கிறது
பெய்யும் வரை பெய்யட்டுமே.

அது உலகைக் கவிந்து
பற்றும்போது
ஒரு கோப்பைத் தேநீரில்
மூழ்கி ஒளிந்துகொள்.

நெடுநாள் கழித்து
வந்த விருந்தாளி
சிலநாள் தங்கிச் செல்லட்டுமே.

சென்றபின்
விட்டுச் செல்லும் நிறைவை
நிதானமாக எண்ணிக்கொள்.
இப்போது துளிகளை
எண்ணிக்கொண்டிருக்க வேண்டா.

இரு மழைக் கதிர்களுக்கு
இடையுள்ள வெற்றிடத்தில்
எது நிரம்பியிருக்குமோ
அதில் ஊறிக்கொண்டிரு.
★

யாருக்கும் தெரியாத அழுகை

நகரின் பெருங்கடைக்கு
விழாத்துணி எடுக்கச் சென்றோம்.
சுற்றத்தார் சூழ
பட்டுப்பிரிவில் அமர்ந்தோம்.

எங்களை அடுத்து
மணவிழாக் கூட்டம் ஒன்று
குடும்பப் பெண்டிர் சூழ வந்தமர்ந்தது.

அவர்களில்
மணப்பெண் போன்ற ஒருத்தி
என்னை அடுத்தமர்ந்தாள்.

அவள் கண்களில்
இருந்த தூய்மைபோல்
இதுவரை கண்டதில்லை.

துணி நயம் தேர்ந்து
எம் உற்றாரோடு மகிழ்ந்து சிரித்திருந்தேன்.

வந்திருந்த கும்பலில்
சுருள்மீசைப் பெரியவர் சொல்லுக்கு
எல்லாரும் பணிந்தனர்.

அவர் குரல்
அதிகாரத்தின் உச்சியிலிருந்தே
உதிர்ந்துகொண்டிருந்தது.

எங்கள் சிரிப்புக்கிடையில்
ஒரு விகசிப்பின் சிற்றொலிகளை
நான் கேட்க நேர்ந்தது.

குழு தனித்து
ஓரம் அமர்ந்த அப்பெண்
நீர்ச்சுனைபோல்
தனக்குள் நனைந்து
அழுதுகொண்டிருந்தாள்.

எங்கள் சிரிப்பிலிருந்து
துண்டித்துக்கொண்டு
வலம் திரும்பி அவளைப் பார்த்தேன்.

யாரும் அறியாத அவள் அழுகையை
நான் கையும்களவுமாகக் கண்டுவிட்டேன்.

நான் கண்ணுற்றதை
அவள் கண்டுவிட்டாள்.
நீர் ததும்பும் விழிகளால்
என்னை மிரள நோக்கினாள்.
என் ரகசிய அழுகையோடு
உனக்கென்ன வேடிக்கை என்றது அவள் பார்வை.

அவர்களிடத்தே
பழுத்துதிர்ந்த மகிழ்ச்சிக்கு
அவள் தேம்பல் பொருத்தமாயில்லை.
நான் உட்சுருங்கி வாடினேன்.
என் வாட்டம்
அவளுக்கும் தெரிந்துவிட்டதோ !

எங்கிருந்தோ
மூத்தவள் ஒருத்தி வந்தாள்.
'அழாம சிரிச்சிகிட்டு இரு.
மானத்தை வாங்காதே'

அவள் அழுகை துடைத்து
இயல்பானவள் போல்
பாவனை செய்தாள்.

அவளுக்கு விருப்பற்ற மண ஏற்பாடோ ?
அவள் தன்மானத்தைப் பொசுக்கும்
ஒரு சொல் தீண்டியதோ ?
எங்கோ
அவள் பற்றியிருந்த எதுவோ
முறிக்கப்பட்டதோ ?

துணித் தேர்வு முடிந்து
எம்மவர் கிளம்பினர்.
நானும் எழுந்தேன்.

கொஞ்சம் நடந்து
ஏதோ உறுத்தலோடு திரும்பி
அவளைப் பார்த்தேன்.

சற்றுமுன் அழுத ஈரக்கண்களால்
என்னையே பார்த்துக்கொண்டிருந்தாள் !
★

காவிரி ஆடி என்றால்
கரைபுரண் டோடும் ! பூத்த

பூவினைத் தேடி வண்டு
போகும் ! நன் நூல்கள் தேடி

ஆவியும் அலையும், ஆனால்
ஐப்பசி மாதம் என்றால்

தூவிடும் தூறல் எல்லாம்
தூதேதும் போகாதாவோ...!
★

கன்றிடமிருந்து
நைச்சியமாகத்
திருடியதைத்தான்

உலக மகா யோக்கியனும்
பால் என்று
பருகுகிறான்.
★

சகோதரர் இருவரும்
அமைதியாகப் படுத்துக்கொண்டீர்கள்
அருகருகுக் குழிகளில்.

இருந்தவரை ஒருவரை ஒருவர்
அடித்துத் தின்னத் துடித்தீர்கள்

இருவரும் போட்டி போட்டுக் கைவிட்டதில்
ஐயிரண்டு திங்களாய்
அங்கமெலாம் நொந்து பெற்ற தாயை
உதிரச் சீழ் முற்றி
உடையும்வரை விட்டு
முதுகெங்கும் மெத்தைப்புண் பரப்பிக் கொன்றீர்கள் !

மனையாளுக்கு மாற்றி மாற்றி
அணிபூட்டிப் பார்த்தீர்கள்
இன்றவர்கள்
அணிமணியற்ற மூளியாக
நிற்கின்றார்கள்.

உமது சவத்தைத் தொட்டழத் தயங்கி
தூர அமர்ந்தழுதார்கள்.

ஒரு கருவறைக்குள் உயிர் துலங்கி
ஒரே மார்க்காம்பில் பாலுறிந்து
ஒரே மண்ணைத் தின்றுகொண்டிருக்கிறீர்கள் !
★

தீபாவளிக்கு மறுநாளும்
ஒரு கூட்டம்
துணிக்கடைகளை
நிறைக்கத்தான் செய்கிறது.

கணவனுக்குச் சம்பள தாமதம்
தந்தைக்கு
வரவேண்டிய ஊக்கத்தொகை
கணக்கடைவதில் தாமதம்
தலைவனின்
ஊர்திரும்பலில் தாமதம்
கடன்கேட்டவரிடத்தில்
நேர்ந்த தாமதம்
எனக் காரணங்கள் இருக்கக் கூடும்.

அவர்கள் முகங்களில்
மகிழ்ச்சிக்குப் பதிலாக -
தோற்றவன்
தன் வாளை
மௌனமாக உறை செருகுவானே,
அந்த பாவனையைத்தான்
காணமுடிந்தது !
★

என்னைப் பற்றி
எனக்கு அதிகம் தெரியாது

யாராலும்
நான்
நேசிக்கப்படவில்லை என்ற
ஒன்றைத் தவிர.
★

பாதையின் குப்பை எல்லாம்
பறந்து கண்ணிரண்டைத் தாக்க...

யாதொரு தவறும் இல்லா
என்றன்மேல் புழுதி தூற்ற....

ஏதெனக் கேட்பார் இன்றி
இங்குநான் நிற்க... இந்த

வேதனை உன்னைக் காண
விழைந்ததால் விளைந்த தன்றோ !
★

'ஏ... பொண்டாட்டி..!'
என்னும்
காதலனின் விளிக்கு
எந்தக் காதலியும்
நொடியில்
இளகத்தான் செய்கிறாள்

அம்மா என்னும்
குழந்தையின்
முதல் விளிக்கு
இளகும் புதுத்தாய் போல !
★

ஆளற்ற
கிராமத்து மண் தடத்தில்
இன்று நான்
சென்றேன்.

எனக்கு முன்
நடுநிலைப் பள்ளியிலிருந்து
வெளியேறிய சிறுமி
என்றும் மடிப்பிடப்படாத சீருடையில்
பாடங்கேட்டுக் களைத்த கண்களால்
வயல் வரப்பைப் பார்த்தபடி
தன் மிதிவண்டியை
மிதித்துச் சென்றுகொண்டிருந்தாள்.

அவள் கால்களில்
இன்னும் வெகுதூரம்
மிதித்துச் செல்ல வேண்டிய
களைப்பைக் கண்டேன்.

தொலைவில்
முகச்சுருக்கமுற்ற ஒரு தாய்
அவள் உண்ணும் உணவுக்குத்
தானியம் புடைக்கும் ஒலி கேட்டேன்.

அவளுடைய
உயர்படிப்புக் கனவுகளுக்குப்
பால் சொரிந்து நின்ற கறவையை
நீவிவிட்டபடி நிற்கும்
வேட்டித் தகப்பன் ஒருவன்
என்முன் தோன்றினான்.

ஆசிரியையின்
விருப்பத்திற்குரிய மாணவியாக
நன்மதிப்பெண்
பெற்றுத் திரும்புபவளாக
அவள் இருக்கக் கூடும்.

அவளை
ஒலியெழுப்பி ஒதுக்கி
முந்திச் செல்லும் எண்ணம்
தோன்றவேயில்லை.

அவள் தலைமையில்
ஓர் ஊர்வலத்தில் செல்லும் நம்பிக்கையாளனாக
என்னை வரித்துக்கொண்டேன்.

அடிவானத்தை நோக்கி
நாங்கள்
மெல்ல நகர்ந்துகொண்டிருந்தோம் !
★

இரவுக் காட்சி முடிந்து
மின் தடைபட்ட
மாநகரச் சாலையில்
ஈருருளியில்
வந்துகொண்டிருந்தேன்.

ஓர் ஆசை தோன்ற
வண்டியின் முகப்பு விளக்கை
அணைத்து ஓட்டினேன்.

ஆள் அரவங்களோ
கட்டிடத் தடயங்களோ இல்லாத
கடுங்காடு ஒன்றைக்
கருங்குதிரையில்
கண்மூடிக்
கடந்து வந்தது போலவே இருந்தது !
★

நான் சென்ற ஊருக்கு
என்னைப் பார்க்க
ரகசியமாக வந்தாயா
சொல் சொல் என்கிறாய்.

வந்தேன் என்றால்
நம்பமாட்டாய்.

வரவில்லை என்றால்
ஏற்கமாட்டாய்.

வந்த இடத்தில்
உன் கண்பட்டிருந்தால்
என்னைப் பார்க்க
ஏழு ஜில்லா தாண்டி
வந்தவன்தானே நீ என்று
ஒருநாள் எள்ளலாம்.

ஒன்றும் சொல்லாமலிருக்கிறேன்
விடை தெரியாமல் தவிக்கிறாய்

நவரசங்களையும் பயன்படுத்துகிறாய்
கெஞ்சுகிறாய் கொஞ்சுகிறாய் மிஞ்சுகிறாய்

இத்தனை எழில்நலங்களை
உன்னிடம் நான் கண்டதேயில்லை

எதற்கும்
இடங்கொடுக்காமல்
எல்லாவற்றுக்கும்
இடம் தேடும் உன்னிடமிருந்துதான்
எதையும் சொல்லாமல்
எல்லாவற்றையும் சொல்லவைக்கும்
இந்த நுட்பத்தையும் கற்றேன் !
★

அழகின் நிலையாமையை
அழகியின் தோற்றம்
சொல்லாது.

அதை
அவ்வழகியின்
வற்றி ஒடுங்கிய
பெற்றோர் உருவம்
அறைந்து
சொல்லும் !
★

கடித்த
கொய்யாவில்

வழக்கமான
வெண்சதைக்கு மாறாக

செக்கச் சிவந்த
உள்சதையைக் கண்டதும்

நான்
உன் உதட்டருகில்
நெருங்கியவனைப்போல்
தடுமாறித்தான் போனேன் !
★

எனக்கு
ஓர் அக்கா
இருந்திருக்க வேண்டும்.

அந்த ஒருத்தி
இருந்திருந்தால்
பெண்மை குறித்து
இத்தனை பதற்றங்கள்
எனக்குள் ஏற்பட்டிருக்காது.

அவள் மடிபுரண்டு
அவள் வாசனையோடு
வளர்ந்திருந்தால்
எத்தனையோ சமநிலைகள்
வாய்த்திருக்கும்.

அவள் பூப்பையும்
யவ்வனத்தையும்
புதிரற்றுத்
தாயுள்ளத்தோடு பார்த்திருப்பேன்.

அவளுக்குத் துணையாக
எங்கும் நடந்திருப்பேன்.
பெண்ணுள்ளத்தின்
பெரும் மர்மங்களைப்
பெண்போலவே அறிந்திருப்பேன்.

அவளைக்
கட்டிக்கொடுத்தனுப்பிய வீட்டுக்கே
ஒரு சேவகனாகச் சென்று
வாழ்ந்திருப்பேன்.

அவள் பிள்ளைகளைத்
தோள்தாங்கி வளர்த்து
அவளுக்கே பரிசாக
அளித்திருப்பேன்.

பிறிதொருநாள்
அவள்
தன் மகளைக்
கட்டிக்கொள்ளக் கேட்கும்போதோ
அவள் கணவர்
என் பணிவின் போதையில்
என்னை எட்டி உதைக்கும்போதோ
விழிநீர்த்துளி வடிய
நிறைந்த மனத்தோடு
இம்மண்ணுலக வாழ்வை
நீத்துச் செத்திருப்பேன்.

எனக்கு
ஓர் அக்கா
இருந்திருக்க வேண்டும் !
★

தீப்பெட்டிக்குள்
பொன்வண்டைப்
பிடித்தடைக்கும் சிறுமி
மாபெரும்
பொக்கிஷப் பேழை ஒன்றின்
சொந்தக்காரி ஆகிறாள் !

அதற்குள்
இலந்தை இலைகள்
இரண்டைக்
கிள்ளிப் போடுங்கால்
பெருந்தந்தை ஆகிறாள் !

கடவுளாகிறாள்
பொன்வண்டின்
சுரண்டல் ஒலி கேட்டு
அதைத் திறந்து விடும்போது.
★

சொல்வதற்கு
வெட்கமாகத்தான் இருக்கிறது !

சிறுவயதில்
நானும் என் தோழியும்
அப்பா அம்மா விளையாட்டு
விளையாடியிருக்கிறோம்.

'சோறு போடு'
'இந்தா... செலவுக்கு வெச்சுக்க'
'ஆடி அசைஞ்சுதான் வருவியா'
'மூஞ்சைப் பேத்துருவேன்'
இவற்றை
அப்பா சொல்லவேண்டும்.

'ஏனுங்க லேட்டு ?'
'நான் என்ற அப்பனூட்டுக்கே போறேன்'
'என்னை ஏன் உசிர வாங்குறீங்க'
'இப்பல்லாம் நீங்க முன்னமாதிரி இல்ல'
இவற்றை
அம்மா சொல்லவேண்டும்.

இன்று
அப்பாவாகிவிட்டேன்.
விளையாட்டில் சொன்ன என் சொற்கள்
மாறவில்லை !

எங்கோ வாழ்க்கைப்பட்டிருக்கும்
என் தோழியின் சொற்களும்
மாறியிருக்காது !
★

திருமணத்திற்குக்
கடைசி ஆளாக வந்து
முதல் ஆளாக வெளியேறுகிறாள்
முன்னாள் காதலி.

பந்தியில் அமரவில்லை
பரிசும் தரவில்லை
தன் காதலைத் தீய்த்தழிக்க
வந்தாள்.

அவன் தலைகுனிவின் அருகில்
ஓர் உதிரிப் பூவாகத்
தன்னைக் கிடத்தினாள்.
மிதிக்கும் கால்களால்
மீத ஈரத்தைக் கழித்தாள்.

யாருக்கும் சொல்லாமல்
எழுந்துபோய்விட்டாள்.

அன்றிரவு
தனிமையில்
அவன் தேர்ந்தெடுப்பின்
சாதுர்யத்தை மெச்சி
அவள் அழக்கூடும்.
ஞாபகப் பொருள்களைக்
கொளுத்தக்கூடும்.

நாம்
அருகிருக்கக் கூடாத துயரங்களில்
ஒன்று அது !
★

நள்ளிரவில்
ஒருநாள் முடிந்து
மறுநாள் தொடங்குகிறது.

அந்த அபூர்வ கணத்தில்
குறட்டைவிட்டுத்
தூங்கும் சனக்கூட்டத்தின்
எதிர்வினை
சொரிந்தபடி புரண்டு படுப்பதுதானா ?

துணைமேல் போட்ட காலை
இழுத்து இறுக்குவதுதானா ?

சிறுநீர் பெய்து
படுக்கை நனைப்பதுதானா ?

மறுநாள்
எல்லார் வீட்டிலும்
ஓர் அழையா விருந்தாளியாகத்தான்
வந்தமர்ந்திருக்கிறது போல !
★

பானை கட்டப்படாத
பனை மரத்தடியில் நின்று

பால் குடிக்கும்
என்னை

கள் குடித்ததாகச்
சொல்வீரோ, உலகத்தீரே !
★

எண்ணாதே
என்னையோ
என் தமிழையோ
ஏளனமாக !

ஏழாம் வகுப்புப் புத்தகங்களை
எடைக்குப் போட்டு
எட்டாம் வகுப்புத் தமிழ்ப் புத்தகத்தை
வாங்கிப் படித்தவன்
நான்.
★

பால் வேண்டிக்
கால்சுற்றும் பூனை
என்னை ஒருகணம்
தாயாக்குகிறது !
★

எத்தனை கவிதைகள்
எழுதி என்ன !

இருளில்
இருந்துபடித்துவிட்டு
எதுவும் சொல்லாமல்
எழுந்து போகிறாள் அவள்.
★

கடன்
மிகுந்து
இரவோடு இரவாகத்
தன் பிள்ளைகளுடன்
ஊர்பெயர்ந்து
தலைமறைவானவளை

வேற்றூரில்
தற்செயலாகக் கண்டால்
நலம்நாடி நெருங்காதீர் !

விழிபொங்கித் தேம்பும் அவள்
வீதியிலேயே
இற்று விழக்கூடும்.
★

பெண்ணிடம்
செருப்படி படுகிற ஆணும்

ஆணிடம்
உதைபட்டுச் சுருள்கிற பெண்ணும்

உள்ள உலகத்தில்தான்

நான்
காதலாகிக் கவிதை எழுதுகிறேன்.

நீ
கசிந்துருகிப்
படிக்கிறாய்.
★

எழில் நலம் ▶ 36

விளக்குகள் அணைத்துப்
படுக்கையில்
விழும்போதேனும்

ஒரு நன்றியைச்
சொல்லுங்களேன்

நாள் முழுக்க
ஆயிரம் காட்சிகள் காட்டிய
ஒளிக்கு !
★

ஒரு குழந்தை
நல்லுறக்கத்திலிருந்து
கண்விழித்ததும்
இவ்வுலகை
எப்படி அறியக் காணுமோ
அப்படி அணுகுங்கள்
கவிதைகளை.
★

அதிர்ஷ்டக் காற்றில்
ஆகாசத்தில் பறந்தாலும்

அழுத்தப்பட்டு
அடையாளமிழந்தாலும்

இறுதி நாளில்
உன் யோக்கியதைக்கு
உகந்தவை மட்டுமே
நிலைக்கும்.
★

பெண்மை போற்றிப் பேசி
பெண்மை உறும் பங்கம் தடுத்துப்
பேராண்மை காக்கும்
மான மனிதர்காள் !

நள்ளிரவில்
நாற்பது ஆண் நாய்கள்
நாத்தொங்கத் துரத்த
வாலொடுங்கிப் பதைபதைத்து
ஓடிக்கொண்டிருக்கும்
ஒற்றை நாயின்
அஃறிணைப் பெண்மையை
யாரேனும் காத்தீரோ ?

நரகப் பெருவதையில்
நாத்தள்ள நிற்குமதன்
ஈனச் சிறுவிழியை
ஏறிட்டுப் பார்த்தீரோ ?
★

எழுத அமர்ந்து
மனதைத் திரட்டும்போதெல்லாம்
யாராவது ஒருவர்
அம்மனுக்கு
அன்னதானக்கொடை கேட்டு
அழைப்பு மணி
அழுத்திவிடுகிறார் !
★

இன்னும் தாய்மையுறவில்லை
பால் பொசியவில்லை

நீர்க்கட்டி முற்றிய கருப்பையை
அறுத்தகற்றச் செல்கிறாய்

உன்னிடம் தோன்றி
உன்னையே பார்க்கும் கண்களைக்
காணவே முடியாமல்
தீருமோ உன் வாழ்வு ?

மழலை புரளா மடி
இனி
மலடி என்றாகுமோ ?

பேறற்றவளாகிப்
பேரற்றவளாவாயோ ?

என்னால்
தாளமுடியவில்லை.
★

எல்லா இலைகளும்
உதிர்ந்த மரத்தில்தானா
என் கூடு
தொற்றிக்கொண்டிருக்கவேண்டும் ?
★

நீ உறிஞ்சிச் சென்றதில்
திரும்பிய
என் ஒரு துளி

மடிகட்டிப் பறித்துச் சென்ற
மலர்களில் ஓர் இதழ்

அபகரித்த சொற்களின்
ஒற்றை அசை

என் எலும்புகளை
மென்று துப்பியதில் தப்பிய
பல்லிடுக்குத் தூள்

உன்னிடமிருந்து
வந்த குறுஞ்செய்தி !

★

கேட்பவள் போலத்தான்
அறிமுகமாவாள்
கேளாச் செவியும் ஓயா நாவும்
உள்ள ஒருத்தி !

பார்ப்பவள் போலத்தான்
அறிமுகமாவாள்
பாராமுகமும் நீளாக் கரமும்
உள்ள ஒருத்தி !

காப்பவள் போலத்தான்
அறிமுகமாவாள்
காவா வாக்கும் கருதாப் போக்கும்
கொண்ட ஒருத்தி !

★

நம்பிக்கை தந்துவிட்டு
நகர்ந்துவிட நினைக்காதே !
நம்பியவள் கைதுறந்தால்
நலிந்தழியும் என்னிதயம் !

தற்சமயம் தலைமுழுகி
தப்பிச்செல்லப் பார்க்காதே !
தனித்துச்செல்லும் வழியில் உனை
தடுக்கிநிற்கும் என்னிதயம் !

பொற்கனவு தோன்றும்படி
வெற்றுறுதி பகராதே !
வீண்கனவைச் சுமந்தபடி
விழித்திருக்கும் என்னிதயம் !

கண்மறைந்து போகும்வரை
கற்பனைகள் விதைக்காதே !
கனவுகளின் கானகத்தில்
கனிந்திருக்கும் என்னிதயம் !

பொய்யைச்சொல்லித் துரத்திவிட
பொன்மனதில் கருதாதே !
பொய்யென்பது தெரிந்தவுடன்
பொசுங்கிவிடும் என்னிதயம் !

இல்லையென்று சொல்வதற்கு
இதழ்திறக்க நினைக்காதே !
இல்லையென்ற சொல்லெழுமுன்
இற்றுவிழும் என்னிதயம் !
★

இரயில்
கிளம்பிச் சென்றதும்
நிலையத்தில்
சூழ்ந்த தனிமையை
நானும் ஒரு காக்கையும்
பகிர்ந்துண்டோம் !

தனிமையை
முழுதாகத் தின்ன முடியாமல்
காக்கை பறந்துவிட்டது.

தின்று தீர்க்க வேண்டிய
என் பங்கு
மிகுந்துவிட்டது !
★

ஆண்காதல்
ஆற்று நீர் !
எங்கு தோன்றினும்
தங்கு தடைமீறிப்
பொங்கி நுரைத்தலால்.

உள்ளுக்குள் இருந்தாலும்
ஒருவருக்கும் தெரியாமல்
ஒளிந்தே இருக்கும்
பெண்காதல் ஊற்றுநீர் !

பருவம் முதிர
ஆற்றுநீர் அறுவதும்
ஊற்றுநீர் உலகூட்டுவதும்
அவ்வியல்பின் திறத்தே.
★

நெடுமுடி தோன்றிக்
கற்கிழிவுற்று

காட்டில் பெருகிக்
கடுமரம் முறித்து

பாறைத் தடையைச்
சீறி அரித்து

அருவியாய் விழுந்து
அங்கம் உடைந்து

சிறுபள்ளம் தேங்கிச்
சிறைநூறு தாண்டி

மணற்குழி தூங்கி
மடைபல தப்பி

வயற்புலம் துறந்து
வாடுபயிர் மறந்து

தொலைநிலம் ஊர்ந்து
கழிமுகம் கண்டு

உருகிப் பாய்ந்த
நன்னீர்ப் பெருக்கு

உப்புக்கடலில்
தப்பாய்க் கலந்து

தன்னுயிர் நீத்துத்
தடமழிந்ததுவே !
★

தேரில் வருபவள் எப்படியோ
அப்படியிருந்தாள்

தேடித் தென்படும் பொற்றுகள்கள்
தேகத்தில் மின்னின

நாகரீகத்தின் உச்சம் உடையேயன்ன
உடுத்தியிருந்தாள்

கானுயிரின் பச்சைப் பார்வைகள்
கண்களில் வழிந்தன

உடலெங்கும்
ஒரு சிற்றாற்றின்
மீன்வயிற்று வண்ணம்
பேசிய சொற்களில்
மழைக்குளச் சருகுக் கலங்கல்

அந்த நளினத்திற்குச் சொல்ல
நாற்றசைவுகள் சிலவுண்டு

வழியனுப்பிவிட்டுத்
திரும்பிய நான்
நீங்கக் கூடாத ஒன்று
நீங்கியதுபோல்
ஏனோ இழப்பின் மனநிலையில்
இருந்தேன் !
★

என் வேண்டுதல்

நிற்றற்கொரு
காவெழில் மாமரம்

சுற்றற்கொரு
சுந்தரத் தேன்வனம்

கற்றற்கொரு
நூற்பெருங் காவியம்

அற்றற்கொரு
காமுக மாமதம்

உற்றற்கொரு
வாள்விழிக் காதலி

பற்றற்கொரு
பாவையின் பூங்கரம்

முற்றற்கொரு
நோயறு சீருடல்

வற்றற்கொரு
வாயுமிழ் பாற்கடல்

விற்றற்கொரு
வீதியில் ஆய்பொருள்

இற்றற்கொரு
ஈடிலா வாழ்வெனில்

இதுவும் போதுமோ !
★

சொந்த வீட்டிலேயே
காசு திருடிக்கொண்டிருக்கும்
பிள்ளைகளுக்காக
இங்கே
சொத்து சேர்த்துக்கொண்டிருப்போர்
பலர் !
★

வீதியில்
உலகக் கவனமின்றிச்
செல்பேசிச்செல்லும் குமரிகள்
அதிகம் உதிர்க்கும் இவ்வாக்கியம்
எனக்குள்
ஆயிரம் பக்கங்கள் விரிக்கிறது
'அப்ப இனிச்சுது
இப்ப கசக்குதா ?'
★

காலாற
நடந்து செல்க !

உதிர்ந்த மல்லிகையும்
பிரிபட்ட சாக்லேட் தாளும்
காண்பீர்.

மெல்லிய கொலுசுச் சத்தமும்
இனிய மழலைச் சொல்லும்
உள்ளெழக் கேட்பீர் !
★

கழுத்தையும் முன்காலையும்
பிணைத்து
அன்னங்காலிடப்பட்ட
ஆடு நான்.

நிமிரும்போது முடவன்
மேயும்போது கூனன்

வேலிக்கிளை பழுத்த
கோவைப்பழத்தை
என்றும் உண்ணவியலா
ஊனன் !
★

கட்டியிருந்த நாயை
அவிழ்த்துவிட்டேன்

அது ஓடிச்சென்று
இறைந்து கிடப்பதை
முகர்ந்து பார்க்கிறது.

மனசை அவிழ்த்துவிட்டால்
ஒழுங்காக இருக்கும் எதையோ
இறைத்துவிட்டு வருகிறது !
★

கோவில் உள்ள ஊரில்
மிகுந்து திரிகின்ற
கிறுக்குகளைப் போல

நீயுள்ள தெருவில்
அலைந்துகொண்டிருக்கின்றன
என் நினைவுகள் !
★

என் கவிதை

என்னிடமுள்ளவற்றில்
எச்சொற்கள்
தீப்பிடித்தெரிகின்றன எனப் பார்ப்பேன்.

அவை
தீக்கங்குபோல் பழுக்கும்வரை
காத்திருப்பேன்.

அந்தத் தழலை
ஏற்படுத்திய உணர்வு
எனக்குள்ளேயே
எங்கோ பொசுங்கிச் செத்துக் கிடக்கும்.
இன்னும் அதற்கு
உயிர்கூட இருக்கலாம்.

அந்தப் பிணத்தை
அப்படியே தூக்கி வருவேன்.

மேலும் பல சொற்சுள்ளிகளை
அச்சவத்தின்மீது இட்டு அடுக்குவேன்.

அந்தப் பிணம் உயிரோடிருக்கையில்
என்னை வதைத்தவை எல்லாம்
நினைவில் பெருகும்.

என் ஜீவதளம் அதிர்ந்து நடுங்க
தீக்கங்குகளை அள்ளி
அப்படியே அதன்மீது கொட்டுவேன்.

எங்கிருந்தோ வரும் அனற்காற்று
என்னைச் சாய்ப்பதுபோல் சுழன்றடிக்கும்.

விறகும் பிணமும் தீப்பற்றித்
தகதகத்து எரியும்.

அந்த தகனத்தைத்தான்
என் கவிதை என்கிறேன்.

என் சந்நதக் கோலத்தைக்
காணும் நீங்கள்
அந்தச் சாம்பலை எடுத்து
இட்டுக் கொள்கிறீர்கள் !
★

என் ஊர் கடந்து
உன் ஊர் போகும் நீ
தொடர்வண்டியின்
ஜன்னல் வழியாக
எட்டிப் பார்த்திருக்கலாம்

என் கண்படும்
அதே மஞ்சள் விளக்கொளியை.
★

நிச்சலனக் குளத்தில்
வீழும் கல்

குளம் விரிய
மடல் அவிழ்கிறது

எத்தனை பெரிய பூ !
★

வரலாறும் எதிர்காலமும்
எதிரெதிரே சந்தித்தன.

வரலாறு
தன் கழுத்தைத் தேய்த்து
ஓர் அழுக்குருண்டையை
முன்வைத்தது.
எதிர்காலம் மூக்கைப் பிழிந்து
சளி சிந்தியது.

வரலாறு
ஒரு படகில் வந்திருந்தது.
எதிர்காலம் வந்ததோ
ஓர் ஒட்டகத்தில்.

வரலாறு கோவணம் உடுத்தியிருந்தது.
எதிர்காலம் நிர்வாணியாக நின்றது.

வந்தவழி நினைவிருந்தது
வரலாற்றுக்கு.
எதிர்காலத்திற்குப்
போகவேண்டிய ஊர்ப்பெயரே
தெரியவில்லை.

வரலாற்றில் காதலி இருந்தாள்.
எதிர்காலத்தில் இருப்பவள் காளி.

முன்னது
இனி திரும்பிப் போகாது.
பின்னது
இனி இல்லாமல் போகலாம் !
★

காரிருளை ஊடுருவிப் பார்,
காற்றில்
கறுப்புக் குதிரை
நின்றுகொண்டிருக்கிறதா ?

அதன் பிடரிச் சடைமுடியில்
உன் காதலின் வைரத்தூள் ஒட்டியிருக்கிறதா ?

அது மென்றுகொண்டிருப்பது
உன் கனவின் தளிர்களைத்தானே ?

அதன் வால்முடி அசைந்து
வாழவேண்டிய திசை சுட்டுகிறதா ?

அதன் கனைப்பொலி
உன் மௌனத்தைத் துளைக்கிறதா ?

அதன் கூம்பான தலையைப் பார்,
வாவா என்று அழைக்கிறதா ?

தாவி ஏறிக்கொள் !

காரிருளுக்கு அப்பால்
குதிரைக் குளம்பொலி கூர்ந்து
காத்திருக்கிறான் அவன் !
★

வெந்து
தணிந்த காட்டில்
சாம்பல் குவியலடியில்
தகதகத்து ஒளிரும்
பெருங் கங்குதானோ
முதல் காதல் !
★

ஊர்லெ எல்லாரும்
நம்பளய பத்தி
என்னென்னமோ
தப்புத் தப்பாப் பேசறாங்கொ.

நீங்கொ என்னடான்னா
இப்பப் போயி
என்னெயப் போனுல கூப்புட்டு
வூட்டுக்கு வரட்டுமாங்குறீங்கொ.

நான் என்னதா பண்றது போங்கொ!
★

காத்திருக்கும் என் மொழி ஈட்டி
தெளிந்த நீரில்
அசைவடங்கி மிதக்கும்
மீன் முதுகைக் குத்தி நிற்கும்
வேட்டைச் செயலே என் எழுத்து.

நீருள் செம்புகையாய்ப் பரவும்
மீனின் ரத்தமே
உனக்கான அழைப்பு.

வேட்டைப் பொருளை
உண்ணும் உனக்குத்
தொண்டையில் முள்தைத்த வலி
என் உத்தரவாதம்.
★

முகநூல்

என் நிலைக்கூற்று
ஓர் அறத்தீர்ப்பு எனில் விருப்பம் செய்க.

என் நிலைக்கூற்று
ஒரு வழக்கின் வாதம் எனில் பின்னூட்டம் இடுக.

என் நிலைக்கூற்று
ஒரு கவிதை எனில் நின்று நிழல் பருகுக.

என் நிலைக்கூற்று
இருப்பின் அறிவிப்பு எனில் கடந்து செல்க.

என் நிலைக்கூற்று
ஒரு செய்தி விமர்சனம் எனில் நான் பத்திரிகையாளன் என்றறிக.

என் நிலைக்கூற்று
தரமான நகைச்சுவை எனில் புன்னகை சிந்துக.

என் நிலைக்கூற்று
சுய படப்பதிவு எனில் என்னைக் கண்ணாடிமுன் நிறுத்துக.

என் நிலைக்கூற்று
வெற்றுளறல் எனில் என்னைக் கட்டம் கட்டுக.
★

குடும்பஸ்தனின் பைக்
எப்பொழுதும்
ரிசர்வ் பெட்ரோலில்தான்
ஓடிக்கொண்டிருக்கிறது.
★

செல்பேசியை
ரவிக்கைக்குள்
வைக்கும் பழக்கமுள்ள பெண்மணிக்கு
தவறிய அழைப்பு எதுவும்
சென்றுவிடாதிருக்க
என்ன வழி ?
★

நீ ஏமாந்தவற்றை
எடுத்துக் கணக்கிடு.
உலகின்
மிகப் பெரிய நட்டக் கணக்கு
உன் கணக்கு,
சரியா ?
★

காடே
தீப்பற்றி எரிகிறது
என்னவாகுமோ
என் கூடு...!
★

எல்லாமே பச்சையாக இருக்கும்
வாழை
மஞ்சளாகப்
பழுத்துச் சொல்வது
பறித்துப் பசிதீர் என்பதைத்தானே!
★

குட்டிக்குக் குழைதழை ஒடித்துப்போட்டு
கழுநீர் காட்டி
கழுத்தைத் தடவி வளர்ப்பதைப் போன்றது
கவிதைக் கருவை
மனத்தில் சுமப்பது.

கூர்மின்னும் சொல்லால்
ஒரே வெட்டாகக்
கொல்லும் செயலே
கவிதை எழுதுதல்.

அதற்கு அர்த்தம் சொல்வது
தொங்கவிட்டு இழுத்துத்
தோல் உரிப்பது போலத்தான்.

கறியைக் கூறுகளாக்கி
வீடு வீடாகக் கொடுத்தனுப்பியும்
எனக்கு மிஞ்சுவது
இன்னும் என்னையே பார்த்துக்கொண்டிருக்கும்
செத்த கண்கள் இரண்டும்
அவை பதிந்திருக்கும் மண்ணொட்டிய தலையும் !
★

அக்கா தங்கையர்
சூழப் பிறந்தவனின்
மரண தினத்தில்
ஓலமும் ஒப்பாரியும்
உலகை
உலுக்குகிறது !
★

யாரோ
ஒருவர் முகத்தில்
இளநகை
தோன்றச் செய்தேன்
என்பதே
எனக்குப் போதும் !
★

தோப்புக்கு நடுவில்
உள்ள
ஒரு தனி வீட்டைப்போல்
மனசை வைத்துக்கொள்ள
படாத பாடு படுகிறேன் !
★

கடுங்கோடைக்குப் பிறகு
குளிர்காற்றின்
பிஞ்சுச் சுட்டுவிரல்
பட்டுச் செல்வதை உணர்ந்தேன்
இனி
மழை பெய்யும் என்று
எண்ணிப் பார்ப்பதே
தளிர்ப்பாக இருக்கிறதே !
★

வழக்கமாக விடிந்து
இயல்பாக நகர்ந்து
இருள்பவைதாம்
நம் நாள்கள்.

அந்த நாளை
நடுங்கச் செய்துவிடும்
ஒரு சிறு சொல்
எங்கிருந்தோ
வந்து விழுகிறது !
★

பூனையின் கண்கள் விரிகிறது
எனில்
அதன் விழித்திரையில்
எலியின் பிம்பம்
விழுகிறது !
★

மல்லிகைப் பூச்சூடியவள்
கடந்து போகும்போது
அந்நறுமணம்
ஒருகணம் என்னை
அவளோடு
விதிபோல் கூட்டிவைத்து
விடுவிக்கிறது !
★

தேநீருக்கு
ஒவ்வொரு பொழுதும்
வெவ்வேறு வாசனை

துயில்தீர் வைகறையில்
அதற்குப்
பறவைச்சிறகில் படிந்த
பனிமணம்

பணிநிகழ் காலையில்
பத்திரப்படுத்திய ரோஜாவின்
இதழ்மணம்

கண் தளர் மாலையில்
கரும்புத் தோகையின்
பாகு மணம்

விடைபெறும் காதலியின்
புறங்கழுத்து மணம்
அந்தியில்

இரவில்
அதற்கு
இடிந்த கோயிலில் நடுங்கும்
ஒற்றைச் சுடரின் எண்ணெய் மணம்.
★

தவழக் கையூன்றும்
குழந்தை
பூமியைத் தாங்கிப் பிடிக்கிறது !
★

கவிதையை வாசிப்பதற்கு முன்
ஒரு காட்டுவாசியாக இருந்தாய்.

வாசிக்கத் துவங்கும்போது
ஒரு கடற்காற்று உப்புசம் ஊட்டியது.

வாசிக்க வாசிக்க
ஒரு கட்டுமரத்தில் அலைந்தாய்.

வாசிப்பு இடைநின்றபோது
நிலங்காண முடியாத நீள்நெடும் நீர்ப்பரப்பில்
துடுப்பிட்ட களைப்பில் துவண்டாய்.

வாசிப்பு முடியும் தறுவாயில்
ஒரு பச்சைத் தீவைப் பார்த்துவிட்டாய்.

கவிதையை
வாசித்து முடித்ததும்
உன் கடவுளுக்கு அருகில் நின்றாய் !
★

நீ நவீன மனிதன்.

குற்றச் செயல்களில் பங்கெடுக்காமல்
வாழவே முடியாத
காலகட்டத்தைச் சேர்ந்தவன் என்று
அதற்குப் பொருள்.

உன்முன்னேயே
நிகழும் குற்றங்கள்மீது
எதிர்வினையாற்றாதவன் என்பதும் பொருள்.

அல்லது
உன்மீதே நிகழ்த்தப்படும் குற்றங்களைக் கூட
உணரும் சொரணையற்றவன் என்றும் பொருள் !
★

இன்றிரவு
வான்நிலா
வழக்கத்தை விடப் பெரிதாகத் தெரியும்.

நிறையவே உண்டாம்
அதன் பலன்களும் செய்யத் தகுந்தவையும்.

பிரிந்த காதலி
நெருங்கி வருவாள்.

காதலைச் சொன்னால்
கனியக்கூடும்.

காதலில் உள்ளவர்களுக்கு
முத்தம் நிச்சயம்.

நிலாச்சோறுண்ண
ஏற்ற நாள் இது.
குறைந்தபட்சம் மொட்டைமாடியில்
குறுநடை பயின்று நிற்கலாம்.

குளிர்பெட்டியில் நீர்
விரைந்து உறையும்.

இரவில் யாருமற்ற நெஞ்சாலையில்
முகப்பு விளக்கை அணைத்து
கார் ஓட்டலாம்.

ராத்திரியில்
ஸ்திரீ போக யோகவான்கள்
அதைத் தவிர்க்கலாகாது.

அருகில்
வற்றாத குளம் உண்டெனில்
அல்லிகளின் மலர்ச்சியைத்
தரிசித்திருக்கலாம்.

பிடித்த பாடல் கேட்கலாம்.

பழைய உறவுக்காரி
பாதையில் எதிர்ப்படலாம்.

நாய்க்குரைப்பு இருக்காது.
வெண்பூனைக்குட்டி ஒன்று
வழிதவறி
மதிலோரம் அண்டும்.

உறுத்தும் நெடுநாள் பகையை
இன்றோடு அறுத்தெறியலாம்.

குன்றருகில் இருப்பவர்கள்
அதன் முகட்டுக்குச் சென்றமரலாம்.

இரவுப் பறவையாய்ப்
பறந்துகொண்டிருக்கும் கண்ணகியைக்
கண்ணுள்ளவர்கள் காண்க.
★

என் உயிர்
உன் உறவுக்குளத்து நன்னீர் மீன் !
அங்கன்றி
எங்கும் வாழாது !
உன் பிரிவென்னும் உப்புக் கடலில்
செத்து மிதக்கும்
உன் வெறுப்பென்னும் சேற்று ஏரியில்
துடித்துச் சாகும்
★

கரப்பான் உலவும் அறை

குளிப்பறைக்குள் நுழைந்தேன்
அவசரமாக.
அதற்குள்
தனிமையைத் தவிர யாருமில்லை.
என்றும் இறுக்கி நிறுத்தவே முடியாத குழாயிலிருந்து
நீர்த்துளிகளின் இசையான உதிர்வொலி
சொட்டிக்கொண்டிருந்தது.
அப்படித் துளிர்க்காத குழாய்
யார் வீட்டுக் குளிப்பறையிலும் இருப்பதில்லை.
அந்த இசைக்கேற்ப ஆடி மகிழ்ந்திருந்தது
தன் ஒளிவிடத்திலிருந்து வெளிப்பட்ட
கரப்பான் பூச்சி.
என் நுழைவு அதைச் சிதறி ஓடவைத்தது.
அந்தப் பதற்றத்தில்
அது தன் ஒளிவிடத்தைத் தவறவிட்டது.
அதை நசுக்குவதா விரட்டுவதா என்று
எனக்கேற்பட்ட தத்துவக் குழப்பத்தில்
முட்டிய சிறுநீரைக் கழிக்க மறந்தேன்.
சரி, ஒரு சிறு தண்டனையாக
அதைக் கவிழ்த்துப்போடுவோம் என்று
என் காற்பெருவிரலால்
அதை எத்திக் கவிழ்த்துவிட்டு அகன்றேன்.
மீண்டும் அவ்வறைக்குள்
அவசரத்தோடு நுழைந்தபோது
மல்லாந்திருந்த அப்பூச்சி
புரண்டு நிமிர்ந்தெழும் போராட்டத்தில்
களைப்போடு ஈடுபட்டிருந்தது.
கவிழ்ந்த கரப்பான்
தன் காலம் முழுக்க முயன்றாலும்
எழமுடியாது என்பது
எனக்கு அதிர்ச்சியாக இருந்தது.
அதன் மீசையின் இரண்டு கிளைகளும்
காற்றில் நெளிந்தபடி எனக்குக் கூறிய உண்மைகள்
என்னை
அப்படியே புரட்டிக் கவிழ்த்துப் போட்டன.
★

காட்சி என்பது
நம் கண்ணுக்கு
நிலவிலிருந்து வரும் ஒளி !

பார்வை என்பது
நம் கண்ணிலிருந்து
நிலவுக்குச் செல்லும் வழி !
★

நீயில்லாவிடில் இன்னொருத்தி !
அந்த இன்னொருத்தி
உன்னொருத்தி போலிருந்தால் போதும் !
★

நீ நிறையப் பொய்கள் சொல்பவள்தானே...
உன் காதல்
ஒரு பொய்யாகவேனும் வேண்டும்
★

காதல்
சாதி மதம்
குலம் கோத்திரம்
நிறம் உயரம்
வயது வம்சம்
பார்க்காது !
காதல் பார்ப்பது
காதலை மட்டுமே !
★

மாறா நிரல்

உங்களைப் போலவே நானும்
காலையில் அலுவலகம் கிளம்புகிறேன்.
என் நீலநிறப் புரவியை
அதன் தாங்கியிலிருந்து நகர்த்தி ஏறி அமர்கிறேன்.
கிளப்பியதும் அது எழுப்பும் ஒலியில்
என் கர்வத்தின் துகள்கள் சில
காற்றில் கலக்கின்றன !
மெல்ல அதன் வேகத்தை முடுக்கி
நெடுஞ்சாலை வந்தடைகிறேன்.
அங்கே
என்னைப் போலவே உங்களைப் போலவே
எல்லாரும்
தாங்கள் உடனே சென்று
பொருந்திக்கொள்ள வேண்டிய
பொந்து நோக்கிப் பறந்துகொண்டிருக்கிறார்கள் !
அவ்வமயம்
மளிகைக் கடைகளும் தேநீர்க் கடைகளும்
முதல்சுற்று வணிகம் முடிந்த களைப்பில்
மூழ்கியிருக்கின்றன.
நகரப் பேருந்துகள்
எந்த நிறுத்தத்திலும்
கழியவே கழியாத கூட்டத்தோடு
என் உடன்வருகின்றன.
பள்ளிகளின் கொடுவாய்களில்
பிள்ளைகள் நுழைந்துகொண்டிருக்கிறார்கள்.
நொய்யலோரப் பாதை வருகிறது !
தொண்டையிலிருந்து திரட்டி
கையளவு எச்சில் துப்புகிறேன்.
விபூதியிட்ட சாக்குக் கடைக்காரர்
முதல் கோணிப்பையைத் தைத்துவிட்டு நிமிரும் தருணம்
அவரைக் கடக்கிறேன்.
இது எப்பொழுதும் நிகழ்ந்தபடியிருக்கிறது !
சமணக் கோயிலருகில்
மேலுதட்டில் வியர்வை அரும்ப விரையும் பெண்ணை
தினமும் எதிர்கொள்கிறேன்.

அவளைக் கண்டதும்
வண்டியின் வேகத்தை நான் தணிப்பதும்
என்னைக் கண்டதும்
தன் நடையின் வேகத்தை அவள் கூட்டுவதும்
நிகழ்ந்துகொண்டுதான் இருக்கிறது.
செத்த இரும்புகளால் ஆன சரக்கு ரயில் ஒன்று
நிலையத்தில் நிற்கிறது.
மேம்பாலத்தைக் கடக்கிறேன்.
முச்சந்தியில் எல்லா வாகனங்களையும்
மறித்துப் பின் அனுப்பும்
புதிய போலீஸ்காரியின் விதியை
எண்ணி எனக்குள் நகைக்கிறேன்.
என் அலுவலகம் வந்துவிட்டது !
இருக்கையிலமர்ந்ததும்
ஒலிக்கும் தொலைபேசியை எடுக்கிறேன்
'சார்... சொல்லுங்க...!'
★

உன் முத்தம்
பின்னும் மிஞ்சும் ஏக்கம்
அதைப்போல் குறைவான ஈகை
வேறொன்றுமில்லை
★

என் கண்கள்
உன்னைக் காண
பசித்திருப்பதில்லை
தனித்திருந்து விழித்திருக்கின்றன
★

ஒரு காதல் தோன்றியிருக்கிறது

ஒரு காதல் தோன்றியிருக்கிறது
அது தன்னைச் சொல்லும் வலிமையற்றிருக்கிறது
அது தன்னை
யாருக்கேனும் உணர்த்திவிட விரும்பியது
அதற்காக
ஒரு பாடலாக உருமாறி
காற்றின் நாளங்களில் பரவியலைந்தது
எவரும் செவிமடுக்கவில்லை.

அது தன்னை
யாருக்கேனும் தின்னத் தரவும் தயாராக இருந்தது.
அந்தக் காதல்
தன்னை ஒரு கரும்புத் தண்டாக மாற்றியது.

அது தன்னை
யாருக்கேனும் முழுதாகக் காண்பிக்க முன்வந்தது
அதற்காகவே
தன் ஆடைகளைக் களைந்து நடந்தது
அதன் பித்துநிலை கண்டு
அனைவரும் அஞ்சியோடினர்

அது தன்னை
யாருக்கேனும் விற்று ஒழியப் பார்த்தது
ஒரு விலைமகளாக
கடைத்தெரு மூலையில் காத்திருந்தது
ஒரு ரோகிகூட விலை வினவவில்லை

ஒரு காதல் தோன்றியிருக்கிறது
அது தன்னைச் சொல்லும் வலிமையற்றிருக்கிறது
★

ஒன்று ஒன்றாகத் தந்தபடியிருந்தேன்
இதழ்கள் இதழ்களுக்குத் தரும் கொடையை !

நரம்புக் குழல்களில் நறுமணமாய் ஏறிற்று
உன் ஏளனப் பார்வை.

உன்மத்தத்தின் புதுப்புனல்
வன்மத்தின் படுகையில்
பெருக்கெடுத்தது.

கரைகளில் பூத்திருந்த கதலிகள்
கணுவெல்லாம் வெடித்து மதுவைச் சொரிந்தன.

உன் மௌனத்தின் மணற்பரப்பை
முனகி முனகி அரித்தது பெருவெள்ளம்.

மோதும் பேரழுத்தத்தில்
வேர்தளர்ந்து கொண்டிருந்தன
உன் பாசாங்குப் பாறைகள்.

அவை தம் வேர்களை முற்றாகத் துண்டித்துக்கொண்டு
நீரோட்டத்தில் புரண்டு விழுந்தன.

முற்ற முடிவாக
மாணிக்கப் பரல்களாக
உன் மடியெங்கும் நிறைந்தன
புதுப் புதுக் கூழாங்கற்கள் !
★

நாம் நிரந்தரமாகப் பிரிந்துவிட்டால்
நாம் சந்தித்த மரத்தடியில்
நடுகல்லாகப் புதைந்திருப்பது
நானாகத்தான் இருப்பேன் !
★

ஹளபேடு (பழைய வீடு)

உளிகள்
இருநூறாண்டுகள் ஓயாது ஒலித்தனவாம் !
அவற்றால் செதுக்கத் தொடங்கிய
சிற்பங்களை முடிக்க முடியவில்லை !
இதிகாசங்களின் அதிமதுரக் காட்சிகள்
கண்களைக் கொய்கின்றன.
கற்களே பூக்களாகும் கனவுக் கோலம்
யாராலும் நெருங்கவியலாத அற்புத வித்தகம்
ஹொய்சலக் கலைஞர்களின் கவின் களிநடனம் !
சிலையோடு சென்றுவிட்ட சிந்தையை
உயிர்ச்சிலையொன்று கலைத்து
என் காலருகே நின்றது.
அது கூட்டத்தில் அம்மையைத் தொலைத்துவிட்டிருந்தது.
கலையையும் உயிரையும் பிரித்தறியாப் பேதையாகிக்
கடவுளின் அருகில்
தெய்வப் பதுமையின் காவலனாக
நெடுநேரம் நின்றேன்.
எனக்குக் கன்னடம் தெரியவில்லை
குழந்தைக்கு ஒன்றும் தெரியவில்லை.
ஓங்கிக் குரலெடுத்து அழுதுவிடாதிருக்க
அதன் விரல்களைப் பிடித்து விளையாடினேன்.
அம்மையை மறந்த அழகு பொம்மை
என்னுடன் விழிகளால் மனதால் ஒன்றியது.
இறுதியில் அதன் தாய் தேடிவந்துவிட்டாள்.
பாப்பாவைத் தூக்கி முத்தமிட்டாள்.
பாப்பா
தாயின் இடுப்பில் அமர்ந்துகொண்டாள்
என்னைப் பார்வையால் முத்தி எடுத்தபடி !
நாங்கள் பிரிந்தோம்.
மொழியால்
பெயரிடமுடியாத பெரும் பிரிவு அது !
★

தனரேகை

ஏனோ இன்று
மங்கா நினைவுகளும் கொஞ்சம் ரத்தமும்
வெதுவெதுப்பாய்க் கசிகின்றன

தோளருகில் நின்று நீ கொஞ்சியவை
புண்ணோடிருக்கும் என் காதுகளில்
அடர்ந்த சீழாய்க் குமிழியிடுகின்றன

துருவேறிய ஆணிகளைப்போல்
அவ்வப்போது தோன்றுவதுண்டு
கூந்தலைக் கோதிவிட்ட என் விரல்கள்

கருஞ்சாயமேற்றிய என் முடி
ரகசியமாக உதிர்வது
எனக்குத் தெரிகிறது

என் சொர்க்கத்தின் வரைபட வழியாக
உன் முலைகளின் மீது
விம்மியோடிய அந்தப் பச்சை நரம்புகள்
உன்னிடம் இன்று
வற்றி வறண்டிருக்கலாம்.
★

பாடல் பரவும் முன்
காற்றில் இருந்தது
கனமான வெற்றிடம்
★

இன்னும்
விடியலை நம்பும் உங்களை நினைத்தால்
வெட்கமாக இருக்கிறது

இன்னும்
கடவுளை நம்பும் உங்களை நினைத்தால்
பரிதாபமாக இருக்கிறது

இன்னும்
கண்ணீர் மல்கப் பிரார்த்திக்கும் உங்களை நினைத்தால்
பதற்றமாக இருக்கிறது

இன்னும்
எதிர்காலத்தில் பற்று வைத்திருக்கும் உங்களை நினைத்தால்
பாவமாக இருக்கிறது

இன்னும்
காதலிக்கும் உங்களை நினைத்தால்
சிரிப்பாக இருக்கிறது

இன்னும்
திருமணம் நிச்சயிக்கும் உங்களை நினைத்தால்
விநோதமாக இருக்கிறது

இன்னும்
பிள்ளை பெற்றுப் பெயர் வைக்கும் உங்களை நினைத்தால்
குழப்பமாக இருக்கிறது

இன்னும்
எப்படியாவது வாழத் துடிக்கும் உங்களை நினைத்தால்
பயமாக இருக்கிறது
★

பலாபலன்

மதுக்கோப்பையைப் போல்
மாறி நின்றது
முருங்கைப் பூ

அது
பறித்துச் சூடப்படாத
மாற்று மல்லிகை

தேன்சிட்டுக்கு உண்டே
சின்னஞ்சிறு அலகுக் குழல் !
அரிசிமணி அளவேயான அதன் வயிற்றுக்கும்
பசியென்ற
பழைய நியதி உண்டே !

மலர்க் கோப்பைக்குள்
மூக்கால் மூழ்கி
மதுத்துளியைப் பருகியது

மலர் கருவுற்றுப்
பிஞ்சொன்றை ஈன்றது

பிஞ்சுக்கும் சிட்டுக்கும்
இருக்கவில்லை
பிறகெந்த உறவும் !
★

உதயசூரியனைத்
தலை உயர்த்தாமல் பார்த்தேன்
மலையுச்சியில் நின்று
★

குறைகூறி

நம்மைச் சுற்றி எப்படி வந்தான்
இந்தக் குறைகூறி ?

இவனிடமிருந்து நம்மைப் பாதுகாக்கவே
ஆற்றல் அனைத்தும் விரயமாகிவிடுகிறது.

வெள்ளைத்தாளில்
கரும்புள்ளி தேடுவதே இவன் வாடிக்கை.

தோசையின்
பசியணைக்கும் வள்ளன்மையைப் பேசாமல்
அதன் வட்டக்குறைகளையே பேசுபவன்.

வடக்கு நோக்கி நின்றால்
நீ கிழக்கு நோக்கி நின்றிருக்கலாம் என்பான்.

மனச்செயலியை
முற்றாகக் குலைக்கும் வைரஸாகிவிடுகிறது
குறைகூறி உதிர்க்கும் ஒரு கருத்து.

ஒருவனின் மழலையே அவன் என்பதில்
நான் முழுநம்பிக்கையுள்ளவன்.
அந்த மழலையைக் கொல்வதில்
குறைகூறி குறியாயிருக்கிறான்.

குறைகூறியை
நாம் எப்போதும் நாடுவதில்லை
அவன்தான்
நம்மைத் தேடியபடியே இருக்கிறான்.

அவனிடமிருந்து
நாம் ஒளிந்துகொள்ளாததால்
அவன் நம்மைக் கண்டுகொள்கிறான்.

ஒரேயொரு குறைகூறி
நம்மை எல்லாத்திசையிலும் முடக்கிவிடுவான்.

குறைகூறி என்னும் பெருநோயாளி
வைத்தியக் குறிப்புகள் கூறுபவனைப்போல் தோன்றுவான்.

குறைகூறி என்னும் பைத்தியக்காரன்
அலையாத விழிகளோடு எதிரே நிற்பான்.

குறைகூறி என்னும் குற்றவாளி
நமக்கு நீதி செய்பவன்போல் அமர்ந்திருப்பான்.

குறைகூறி என்னும் இழிமகன்
நம்மை விமர்சனத் தராசில் நிறுத்துவான்.

முன்பெல்லாம்
குறைகூறி எதைச் சொன்னாலும்
கேட்டுக்கொண்டிருந்தேன்.
இப்பொழுது
எழுந்து சென்றுவிடுகிறேன்.
★

ஐம்பது உருப்படிகள் உள்ள
ஓர் ஆட்டு மந்தையின் சந்தை மதிப்பு
இரண்டரை லட்சமாம்
கோனாரின் மதிப்பு ?
★

2012-ல் உலகம் அழியப்போகிறது
பாவிகளுக்குப் புத்தாண்டு வாழ்த்து
சொல்வதா வேண்டாமா, கர்த்தாவே ?
★

வேறெங்கும் வடியாத சுவைநீர்

மழை தன் வன்மையழிந்து
சிட்டுக்குருவி இரைகொத்தும் ஒலியில்
தூறுகிறது.

குளிர்
அமைதியாய்ப் பரவி
அணைக்கிறது.

அவித்த வேர்க்கடலை கொஞ்சம்
அருகில் இருக்கிறது.

அதன் கூர்முனையைக்
குத்தி உடைக்கிறேன்.
செம்பகுதியாகப் பிரிகிறது.

யாரோ சொல்லி வைத்ததுபோல்
அதன் இடது புறத் தொட்டில்தான்
பருப்புகள் இரண்டும் வெந்து படுத்திருக்கின்றன.

தொட்டை வாய்க்குள் கவிழ்த்து
கடலையை உதிர்க்க முயல்கிறேன்.

உள்ளிருக்கும் நொய்ந்த பருப்பு
பிடியிழந்து வாய்க்குள் விழுகிறது.

கூடவே
இரண்டு நீர்த்துளிகளும் விழுகின்றன.

அந்த நீரின்
தனித்த உப்பு ருசிக்கு
நான் தடுமாறுகிறேன்.

அதுதான்
விதியின் புதிரோ !

வாழ்வின் மர்ம முடிச்சுகள்
அவிழ்ந்த கணமோ !
★

பிரிவின் மடி

நாம் அந்த அலுவலகத்தில்
ஒன்றாகப் பணியாற்றினோம்

உனக்கு உள்ளிருந்து தட்டச்சிடும் பணி
எனக்குப் பணி ஊர் வீதி அலைதல்

காலையில்
அனைவரும் அலுவலகத்தில் கூடுவோம்
நான் என் பையைத் தோள்மாட்டுவேன்
நீ உன் தாள்களை எந்திரமேற்றுவாய்

அச்சானவற்றைக் கொண்டுபோவேன்
அச்சாகவேண்டியவற்றைக் கொணர்ந்து தருவேன்

யாருமில்லாத வேளையில்
நாம் அங்கே இருக்கும் தினங்களும் வந்தன

நீ என்னைக் கேட்டாய்
நான் தலைகவிழ்ந்து
என் பிய்ந்த செருப்பையே பார்த்துக்கொண்டிருந்தேன்

பிறகு
நான் ஐஸ் விற்பவனாகி
என் பனிப்பெட்டியை
மிதிவண்டியில் கட்டிச் செல்பவன் ஆனேன்

என் பணிக்கூடத்தில்
ஐஸ் வார்க்கும் பெண்ணை
நான் தனிமையில் சந்திப்பதே இல்லை.

★

என் அமைதியின் மர்மம்

என் வீடு திரும்பல்கள்
சுடுகாட்டு வழிமேற்செல்வது

என் அன்றாட மாலைகளில்
அங்கே
நான் காணத் தவறாது -
கங்குகளாய் மிஞ்சிய தகனத் தீ
புதைக்கக் குழுமிய சிறுகூட்டம்
சிலவேளை கொப்புளங்களாய்ப் புடைத்திருக்கும் தனித்த நிலம்

களைத்த அழுகுரல்
பாலூற்ற வந்து திரும்பும் மௌனக்குழு

அந்தக் காற்றில்
நிரந்தரமாகச் சுழன்றுகொண்டிருக்கும்
ஆத்மாக்களின் கருகிய வாசனையை
என் சுவாசகோசங்களில்
பிதுங்கப் பிதுங்க நிரப்பிக்கொள்வேன்

அம்மண்ணில் இறைந்திருக்கும்
நிறைவேறாத கனவுகளின் செம்புத் துகள்களை
பாதமெங்கும் படியவிடுவேன்

நிராசைகளின் கடைசிப் பார்வைகள்
அந்திக் கீற்றில் ஏறி
சூரியனை நோக்கிக் கிளம்பும்போது
வழியனுப்புவது நானே

இடைமுறிந்த காதலின் தற்கொலைச் சவம்
அங்கே எரியத் துவங்கியபோது
நான்
ஒரு மயிலைப் போல அழுதேன்

பெருவாழ்வுகளின் முடிவிடம்
இப்படியோர் ஆளற்ற அனாந்தரமா ?
என்னால் தாளமுடியவில்லை

ஒரு பேயைக் காணமுடிந்தால் நன்றென
இருளில் தாமதித்தும் வருவேன்
பேய்
என்னைப் பத்திரமாக அனுப்பிவைக்கும்
தாய் என்னும் உணர்வை
அடைந்துவிட்டிருந்தேன்

இதுதான்
என் அமைதியின் மர்மம் !
★

சாலையோரக் கொய்யாக்காரன்
ஒரு பழத்தை அரிந்துண்கிறான்
என் கவிதையை நினைவில் மீட்டி நின்றேன் !
★

வெள்ளமாகிறது புயல் மழை
தானாய்ப் பெய்யும் மழையே
தண்ணீர் தரும்
★

தண்ணீர் தர
மறுக்கும் உலகில்
நாம் வாழ்கிறோம்
★

விசாரணை

இப்பொழுது
ஒருவர் வருவார்

விசாரிப்பார்
நடந்தது என்ன என்று

நாம் விவரிப்போம்
உடைகுரல் இடைமறிக்க
ஒவ்வொன்றாக

அவர் குறுக்கிட்டுக் கேட்பார்
அவரது ஐயங்கள் பெருகிக்கொண்டே போகும்
நாமும் தளராது
ஒருவரை மீறி ஒருவராகப் பகர்வோம்

அவர் நம்மைச் செவிமடுக்க வந்தவரா
அல்லது
நம்மைத் தம் கேள்வியால் ஒடுக்க வந்தவரா
நாமறியோம்

அவர் நம் இரட்சகரா
அல்லது
நம் நிலைகண்டு உள்மகிழ வந்த ரசிகரா
நாமறியோம்

நம்மை ஒரு பொருளாகக் கருதி
நாடிவரும் எவரிடமும்
நாம் நம்மை ஒப்படைத்துவிடுகிறோம்

வந்த வேலையை முடித்து
அவர் திரும்புகிறார்

நாம் காத்திருக்கிறோம்
அவர் பெற்றுத்தரும் தீர்ப்புக்காக
அல்லது
இன்னொருவருக்காக !
★

எங்கோ
ஒரு நிலத்தில்
புதைக்கப்பட்ட பிணங்கள்
புரண்டு படுக்கின்றன

அப்பிணங்களைத் தீண்டுகிறது
நிலத்தில் இறங்கிய மழையின்
நீர்க்கால் ஒன்று

புதையுடல்கள்
துயில் கலைந்தனபோல்
உடல் முறித்து எழ முயல்கின்றன

அவற்றின் உதடுகளில்
இன்னும் பதியப்படாத சொற்களும்
உலக மனசாட்சியின் மீது
வாள்செருகும் வினாக்களும்
தொற்றியிருக்கின்றன

தாம் சவமாகும் முன்பே
புதைபட்டதைத்
தம்மைக் கடந்திறங்கும் வேர்த்தளிர்களிடம்
கூறியிருக்கின்றன

அவை
தாம் இறக்கவில்லை
தலை பிளந்து கொல்லப்பட்டோம் என்பதை
மண்புழுக்களிடம் தெரிவித்திருக்கின்றன

மழைத்துளியிடம்
எமது மைந்தர்கள் மீது
இதே குளுமையுடனும்
கருணையுடனும்
பருவந்தவறாது பயின்றிடு என்று மன்றாடுகின்றன !
★

முதலில்
கையிலுள்ள தொகையைப் போட்டோம்
பிறகு
கடன் வாங்கிக் கொஞ்சம் போட்டோம்
வங்கிக்கு
நாய் பேயாய் அலைந்து
கிடைத்த தொகையை எல்லாம்
தொழிலில்
போட்டுக்கொண்டே இருந்தோம்

போதவில்லை

கழுத்தில் இருந்தவற்றைக்
கழற்றிப் போட்டோம்
மனைவியின்
கால்களைத் தொழுது அழுது
தாலியையும் விற்று
தொழிலில் போட்டோம்

தொழில் செய்து ஈட்டியவை
ஒருகாலத்தும்
எம் முதலுக்கு அருகில் வந்திருக்கவில்லை

முன்பு போலில்லை நிலைமை !
தொழிலாளியைக்
கொஞ்சிக் கெஞ்சி வேலை வாங்குகிறோம்
சொந்த வாகனத்தை அனுப்பி
அவன் முற்றத்தில் காத்திருந்து
அழைத்து வருகிறோம்
அனுப்பி வைக்கிறோம்

நாங்களும்
முன்னாள் விவசாயிகளே !
நாங்களும்
மண்ணில் புரண்டெழுந்தவர்களே !
என்ன கொஞ்சம் முன்னதாய்
மண்ணை விட்டு வெளியேறிவிட்டோம்

இங்கே எதுவும்
உவந்து ஏற்ற தொழிலில்லை
ஊரோடு ஒத்துவாழ ஏற்றதுதான்
உயிரோடிருக்க வேண்டுமென்று ஏற்றதுதான்

ஈடுபட்ட தொழிலில்
பாடுபட்டு உழைத்தோம்
பாசாங்கு செய்தோமில்லை

யாம்
வண்ணமிட்ட துணிகள்
வானவில்லைப் பழித்தன என்பது வரலாறு
யாம்
சாயமிட்ட துணிகள்
சந்தையை வென்றன என்பது சரித்திரம்

ஒன்றும் தெளிவாக இல்லை

ஓடைகளை நாங்களா கெடுத்தோம் ?
நீரின்மை கெடுத்தது !
ஆறுகள்
இங்கே வெறும் பழைய நீர்த்தடங்களே.

நீர்மம் பள்ளத்தை நோக்கித்தானே பாயும் !
மேட்டை நோக்கித் திருப்ப
எம்மால் எப்படி முடியும் ?

துரதிர்ஷ்ட வசமாக
பள்ளத்தில் ஒரு படுகை இருந்துவிட்டது
அந்தத்தடத்தில் தான்
எங்கள் பாட்டனின் புதைமேடும் இருக்கிறது

எங்கள் முன்
உலகமயமாக்கல் என்னும் சவாலை
நிறுத்தியிருக்கிறீர்கள்
அந்த யுத்தத்தில்

நாங்கள்
நிராயுதபாணியாக நின்றுகொண்டிருக்கும்போது
எங்கள் கெண்டைக்கால் நரம்பை வெட்டுகிறீர்கள் !

ஒன்றை மறவாதீர் !

தமிழகத்தில்
ஊருக்கு நூறு பேர்
உண்ணுவது
திருப்பூர் போடும் சோற்றைத்தான்.

பேருந்தை விட்டிறங்கியதும்
உங்களை
ஒரு வேலைக்கு அழைத்துக்கொள்ளும் ஊர் இது.

அரசே !
நீ இதுகாறும் வகித்த
மௌன வேடம் போதும்.
இந்தக் கழிவை
உன் கமண்டலத்தில் பிடி.
கடலில் கரைப்பாயோ
காற்றில் கலப்பாயோ
என்ன செய்யவேண்டுமோ அது
உனக்கே வெளிச்சம்.
★

நதிக்கு எழுப்பலாம் கரை
நீரைத் தடுக்கலாம் அணை
ஆனால், என் மக்களே !
காலம்
கட்டுக்கடங்காத கருங்குதிரை !
★

எதிர் உறவு

கிழக்கிலிருந்து மேற்காகக் செல்கிறது
கதிர்

அதன் அடியொற்றி வாழும்
நிழல்
என்றும் சென்றுகொண்டிருக்கிறது
மேற்கிலிருந்து கிழக்காக.
★

மிகுந்த
எச்சரிக்கை உணர்வுண்டு

கூர்மையான
புலனுண்டு

நிலத்தடியில்
பாதுகாப்பான வளையுண்டு

வெளித்தோன்றின்
விரைந்து
வினை முடித்துப்
பதுங்கும் அறிவுண்டு

கொன்றுண்ணாத
ஜீவதயை உண்டு

உருவத்திற்கேற்ற
கால்கள் இல்லை
என்பதால் மட்டுமே
வேட்டைப் பொருளாயின
எலிகள் !
★

கொடுக்காப்புளி மரம்

வீட்டின் முன் உள்ள மரம் ஒன்று
எங்களை இத்தனை பாடுபடுத்தக் கூடாது.

பழுத்து வெடித்த கோணைப்புளியம்பழங்களால்
அடர்ந்து நிறைந்தது அது.

அதன் சிவந்த கனிவு
பாதசாரிகளை மறிக்கிறது.

'இத்தனை பழங்கள் பழுத்திருக்கின்றனவே
அவற்றைப் பறித்துண்ண முடியாத
புளி ஏப்பக்காரனா இவ்வீட்டுக்காரன் ?'
பார்த்துச் செல்பவர் பார்வையிலிருந்து
பழுத்துதிர்கிறது பொறாமை.

ஆள் அயரும் சந்தர்ப்பத்திற்காக
பெரும் சிறார் கூட்டம் ஒன்று
ரகசிய போலீஸ்போல
வீதிகளில் திரிகிறது.

மரத்தை
அடிக்கடி இட்டுப் பார்க்கிறது
எங்கிருந்தோ வரும் ஒரு கல்.

முனையில் கேள்விக்குறி மாட்டிய கம்போடு
செல்லும் ஒருவன்
வீட்டில் யாருமில்லாவிட்டால்
கொத்துக் கொத்தாய்ப் பறித்துவிட அலைகிறான்.

அது முள்மரமாக இருப்பதால்
யாராலும் தழுவி ஏறப்படாமல் தப்பித்திருக்கிறது.

நாங்களும் பழங்களைப் பறித்துண்பதில்லை.
யாரையும் பறிக்க விடுவதில்லை.

மாற்றான் தோட்ட மலரையும்
வேற்றார் வீட்டு மாதரையும்
வேலி மரத்துக் கனியையும்
காலந்தோறும்
கவர்ந்துகொண்டேயிருந்திருக்கிறது இவ்வுலகம்.

கனிமரத்தைக் கண்டுசெல்வோன் கண்ணிலும்
அதே கள்மம் சுடர்கிறது.

அவர்களுக்குத் தெரியுமா
இந்தப் பழமரத்தை நம்பி
பத்துக் கிளிகள் இருக்கின்றன என்பது ?

பதினைந்து தூக்கணாங்குருவிகள்
தினமும் வந்து போகின்றன என்பது ?

சிட்டுகள் சில கூடி
சித்திரம் பயில்வது ?
★

காய்ப்பதற்கோ உன் மரம்
பறிப்பதற்கோ என் கரம்

சாய்ப்பதற்கோ உன் முகம்
சரிவதற்கோ என் அகம்

தீய்ப்பதற்கோ உன் சினம்
திகைப்பதற்கோ என் உளம்

ஏய்ப்பதற்கோ உன் மனம்
எரிவதற்கோ என் பிணம் !
★

இரவில் காத்திருப்பவன்

காத்திருக்கிறான்
கையில் அடர்ந்து சிவந்த ரோஜா
கொண்டுவரவில்லை

பரிசளிக்க
ஏதாவது எடுத்துவரத்தான்
நினைத்திருந்தான்
இருவருக்குமிடையில் அந்தப் பரிசு
ஒரு பாவனையாக அமர்வதை
அவள் விரும்பவில்லை

இந்த இரவு
தன் முதல் பாதி முற்றி நீங்குகிறது
இரயில் நிலையத்தில்
சோம்பலின் கதிர்வீச்சு மெல்லப் பரவுகிறது
உருள் சக்கரச் சுமைவண்டிகள்
இதயத்தைக் கீறும் ஒலியுடன்
அவனைக் கடந்து போகின்றன.

மணித்துளிகள்
உயிரபாயத்தில் உள்ளவனின்
நரம்பில் இறங்கும் ரத்தத் துளிகளாகச்
சொட்டிக்கொண்டிருக்கின்றன.

அவளைத் தாங்கிவரும் அந்த வண்டி
இந்திரனின் தேராக இருக்கவேண்டும்.

அது அவன் நிற்கும் இடத்தில் நிற்பதுகூட
ஒரு பொருந்தாப் பிழையாக முடியக் கூடும்.

காத்திருப்பும்
அதன் பிறகு நேரும் சந்திப்பும்
உள்ள உலகம்
இன்னும் பெரிய நம்பிக்கைகளோடு வாழட்டும்.

ஏமாற்றத்தில் முடியாத காத்திருப்புகள் உள்ளவரை
எல்லாம் இனிமையாகத் தோற்றமளிக்கட்டும்.

இரவுக்கே உரிய
அத்தனை ரகசியங்களும்
அவனையும் அவளையும்
ஒரு பொருளாகக் கருதிச் சேர்த்துக்கொள்ளட்டும்.
★

சாலை விபத்தின் முடிவில்
இடித்துக்கொண்டவர்கள்
வாகனச் சேதத்திற்காகக்
குரல் தடித்திருந்தனர்.

இறைந்து
சிதறிக் கிடந்த
கண்ணாடிச் சில்லுகளில்
இருவரின்
வண்டி அடையாளங்களும்
தொலைந்திருந்தன.

அவற்றில்
நிறைந்திருந்த
வானத்தின்
சின்னஞ்சிறு நீலத் துண்டுகளை
யாருக்கும்
காணத் தெரியவில்லை !
★

இறக்கும் நகரம்

இந்த நகரம்
கொஞ்சம் கொஞ்சமாகக் காலியாகிக்கொண்டிருக்கிறது.

ஏற்கனவே குருவிகளும் கிளிகளும்
இடம்பெயர்ந்துவிட்ட நகரம்தான் இது.

மீதமிருந்தவை
பறவைகளற்ற பிராந்தியத்தில்
வாழப்பழகிய ஒரு கூட்டம்.

அந்தக் கூட்டம்
பறவைகளைப் பின்தொடர்ந்து பயணமாகிறது

எல்லாரும் அகன்று சென்றுவிட்ட பின்
இங்கே யார் இருப்பார்கள் ?

இந்த நிலத்தோடு வேர்பற்றியிருக்கும்
முதியவர் சிலர் இருக்கக்கூடும்.
அவர்களும்
விரைவில் இறக்கவிருப்பவர்கள்

செல்வந்தர்கள்
தம் பண்ணைவீட்டுக்குப் போகிறார்கள்
ஏழைகள்
தத்தம் பூர்வீக மண்ணைச் சென்றடைகிறார்கள்

இருக்கவும் முடியாத கிளம்பவும் தெரியாத
கூட்டம் ஒன்று இருக்கிறது எங்களைப் போல.
அதற்குத்தான் போக்கிடமில்லை.

போகுமிடம்
இதைவிட வளமான நிலமென்றில்லை.
ஆனாலும் ஏதோ தைரியத்தில்
கிளம்பிச் செல்கிறார்கள்.

அவர்கள் மனம்மாறித் திரும்பிவரும்போது
இந்நகரம் முகங்கொடுக்காது.
நகரத்தால் கைவிடப்படுவதைவிடக் கொடிது
வேறில்லை.

இந்நகரம் ஒரு பட்டமரம்போல்
செத்துக்கொண்டிருக்கிறது.
அதன் மரணவாயில் பால்துளிகளைச் சொரியவேனும்
நாங்கள் இருப்போம்.
★

அவனுக்கு
முழுக்கைச் சட்டை
அணிவிக்காதீர்.

அதைத் தவிர்த்தாலே
பாதி தெளிந்தவன்போல்
தோன்றுவான்
மன நோயாளி !
★

காலப் பெருவெள்ளத்தில்
கரை சேர்தலே
பெரும் பாடு.

எதிர்நீந்த
ஏதடா வலு ?
★

மகுடேசுவரன் ▸ 89

அன்றில்

அன்று நான்
அறியாச் சிறுவன்.

எந்தைக்கும் தாய்க்கும்
எப்போதும் சண்டைதான்.

புதுத்தழை விக்கிய ஆடுபோல்
அவர்கள்
ஒருவர்மீது ஒருவர்
உதிர்க்கும் வசவுகளால்
விழித்து நிற்பேன்.

முரண் முற்றி
இருவரும் நிரந்தரமாகப் பிரிந்தனர்.

நான் என் தாயோடு
அனுப்பப்பட்டேன்.

பூர்வீகச் சிற்றூருக்கே
போனார் என் தந்தை.
பிழைப்புக்கு ஏதோ
சிறுதொழில் செய்தார்.

என்னைக் காண மட்டும்
என்றேனும் வருவார்.
பள்ளிச் சுவர்
பற்றி நின்றிருப்பார்.
மதிப்பெண் சொல்வேன்
மாங்கீற்று தருவேன்
நான் பேசுவதையே
பார்த்திருந்துவிட்டுப் போய்விடுவார்.

உறவுகள் பலரும்
உன் தாய் தந்தை
சேருங்காலம் வரும்

அன்று நீ மகிழ்ந்திருப்பாய்
கிழியாச் சட்டை
அணிந்திருப்பாய் என்பார்கள்.
எனக்கும் அக்கனவு இனிக்கும்.

ஊரிலிருந்து ஒருநாள்
ஆள் வந்தது
அப்பா செத்த செய்தியைச் சொல்ல.

மரணச் சொல் காதிறங்கியதும்
என் தாய்
இருகரத்தாலும் மார்பில்
ஓங்கி ஓங்கிக் குத்திக்கொண்டாள்
மண்ணை உழுவதுபோல்
புரண்டழுதாள்.

ஊர் போய்
இறுதிக் காரியங்கள் செய்தோம்.

திரும்புகையில் என் தாயிடம் கேட்டேன்,
இத்தனை துக்கப்படும் நீ
ஏன் அப்பாவைப் பிரிந்தாய் ?

மின்னலாய்த் திரும்பியவள்
தன் மார்ச்சட்டையைக் கிழித்தாள்.

அங்கே
நான் பாலருந்திய காம்புகள்
சூடுபட்டுப் பொசுங்கியிருந்தன.

★

சொல்லத்தான் நினைப்பவன்

நன்றாக
முடிவெட்டிக்கொண்டேன்

அழுத்தமாக எதிரிழுத்து
முகச்சவரம் செய்தேன்

பிசிறிழைகளற்ற மீசை.
காற்றில் அசைந்தெழுமாறு
வாரியமைத்த சிகை

சுத்தமாக நகங்கள்

காலணிக்கும்
கருப்பு இழைத்தாயிற்று

இருப்பதில்
புதுமெருகு குன்றாக மேற்சட்டை
மடிப்பு இளகாத காற்சட்டை

மணி திருத்தி அணிந்த
கைக்கடிகாரம்
மெல்லிய கழுத்துச் சங்கிலி

உடலெங்கும் தெளித்துக்கொண்ட
வாசனைச் சாரல்

தோற்றப் பொலிவோடு
உன்னெதிர் வந்து நிற்கும்
ஒவ்வொரு நாளிலும்
என்னைச் சொல்லும்
அந்தச் சொற்களைக்
கூற மறந்துவிடுகிறேன் !
★

பின்தொடர்தல்

புழுவைப் பின்தொடர்ந்தேன்
செடியின்
செழித்த தண்டு மீது
அதிராமல் நடந்து
புதுத்தளிரொன்றைச் சேர்ந்தேன்

புலியைப் பின்தொடர்ந்தேன்
அது
மனிதக் காலடி படாத
கானகத்தின்
மாமிசக் கொட்டாவிக் காற்று நிறைந்த
மந்திரக் குகைக்குள் சேர்த்தது

பரியைப் பின்தொடர்ந்தேன்.
புல்முடி பூத்த
கண்காணாப் புலத்தில் நின்றிருந்தேன்

கரியைப் பின்தொடர்ந்தேன்
ஈன்று சாய்ந்த வாழைகளாலான
ஓர் ஈரத் தோப்புக்குள்
நான் என்னையே எண்ணி
இனித்திருந்தேன்.

கழுதையைப் பின்தொடர்ந்தேன்.
சிதிலங்கள் மீந்த
உடைகோட்டை ஒன்றின்
நடுவில்
நான் நின்றேன்.
★

நீதி

நீதிபதி
நிமிர்ந்தமர்கிறார்
உன் வாக்குமூலத்தைப் பெற.

நீ
போதாக்குறைச் சொற்களோடு
நடந்ததை விவரிக்கிறாய்

நீ சொன்னதில் பாதியை நீதிபதி
தட்டச்சாளிடம் சொல்கிறார்

நீதிபதி சொன்னதில் பாதியை
தட்டச்சாள் அச்சிடுகிறார்

உணர்வுமயமாய் விவரித்த
உன் வேதனைகள்
ஓர் எட்டுவரிப் பத்தியாக மாறுகிறது

அதில்
உன் தகப்பன் பெயரே தவறாக இருக்கிறது

உன் வழக்கறிஞரோ
உன்னை அங்கேயே விட்டுவிட்டு
வேறு வழக்காடப் போயிருக்கிறார்

பிறகு
உன்னிடம் ஒப்பம் பெறப்படுகிறது

நீ போகலாம்
என்கிறார்கள்

போய்விடுகிறாய்
உனக்கான நீதி வரும் என்று
காத்திருக்கிறாய்

நீதி
உன்னைத் தேடி வந்தபோது
நீ இல்லை.
இறந்துவிட்டாய்.
★

ஊரொதுங்கிய
ஓடைப் புறம்போக்கில்
குடிசை வேய்ந்து வாழ்கிறோம்.

ஆடுகளைக்
கரட்டு அடிவாரம் ஓட்டிப்போய்
வயிறு மேவ
மேய்த்து வரும் எனக்காகக்
கால்மடித்தமர்ந்து
அம்மி அரைக்கிறாள்
தர்மபத்தினி.

நாளும் கிழமையும்
நல்ல சோறாக்கித் தின்கிறோம்.

பிள்ளைவரம் வேண்டி
குன்றுதோறும் போகிறோம்.

வழிமறந்த உறவுகள்
வருகையும் மறந்தன.

வாரம் ஒருமுறை
சந்தையில் விற்கும்
எம் வெள்ளாட்டு மாமிசத்தில்
எம் பிள்ளையற்ற இல்லறத்தின்
தனித்த ருசியைச்
சுவைக்கிறது உங்கள் உலகம் !
★

துலக்கமாகப் பல் விளக்கிய
சோறில்லாத காலைகளில்
தலைகுனிந்தபடியே
பள்ளிப்பையை எடுத்துத்
தோள்மாட்டிய
பாலகன் நான் !
★

பெருந்திரள் சூழ
சிரிப்பும் சீராட்டும் திகழ
இந்திர லோகமாய்த் திகழ்ந்த
திருமண மண்டபம்

மறுநாள்
காரிருள் காத்து
நின்றுகொண்டிருக்கிறது !
★

யாருமில்லா அறையில்
சுழல்கிறது
மின்விசிறி.

அது
கலைத்தனுப்பும் காற்று
ஆள் தேடி உரச
அடுத்த அறைக்குள்ளும்
நுழைந்து அலைகிறது !
★

எல்லா வழிகளையும்
அடைத்து
வெளியேறும் வழியை மட்டும்
திறந்துவைப்பர்.

அதை நோக்கி
நகரும்படி
நம்மை அடித்து விரட்டுவர்.

இலட்சியக் கண்களுக்குத்
தென்படாத வழி
அது என்பதை
அறியமாட்டார் !
★

கவிஞன்
என்ற சொல்லுக்கு
நேர் எதிரான
துல்லிய எதிர்ச்சொல்
தேடித் தோற்றேன்.

அன்பால்
நிறைந்து வழிந்து
எவரையும் எவற்றையும்
நேசித்தலே
வாழ்வான அவனுக்கு
எதிராய்
எவரும் இல்லை
★

ஆத்தா

இவுங்கப்பென்
விட்டுட்டுப் போனதிலிருந்து
என்றெ மவனெ

நீச்சுத் தண்ணி
குடுத்துதான் வளத்தேன்.
ஆனா
மேல் தண்ணியை நான் குடிச்சு
அடித்தண்ணியை
அவனுக்கே அவனுக்குன்னு
ஊட்டி வளத்தேன்.

பெரட்டி உண்ண
ஒரு காயில்லாம கறியில்லாம
வெறுஞ்சோறூட்டிதான் வளர்த்தேன்.
ஆனா
உலையிட்ட குருணையை
மணிக்கணக்கா களைஞ்சு பொறுக்கிதான்
ஆக்கிப் போட்டேன்.

எருமைக் கன்னு வளர்த்து
ஏழூட்டுக்குப் பாலூத்தி
மிஞ்சினத தயிராக்கி
தெகைஞ்ச தயிரெ
பெறையூத்த எடுத்தாக்கூட
குறையுமேன்னு
அப்படியே அவன் வட்டில்லதானே
கவுத்திருப்பேன் ?

நாலு மூட்டெத் தவிடு
வாங்கியாந்தா
அதை அப்பிடியே
தாழில போட்டுறமாட்டேன்.
நாலு மூட்டெயெயும்
நடுக்கூடத்தில கொட்டி

கையால ஆய்ஞ்சி அலசினா
நாலுபடி குருணை அரிசி
தேறும்.
அதையெடுத்துக்
கஞ்சி காய்ச்சி
கருவாடு வறுத்துக் கொடுத்தென்.

அப்படியெல்லாம் வளத்த பய
இன்னிக்கி கட்டுனவ மயக்கத்தில
என்றெ கழுத்தைப் புடிச்சு
நெரிக்குறான்.

எனக்கு ஒரு வழியில்லேன்னு
நினைச்சிர வேணாம்னு சொல்லு.
பாழுங்கிணத்தை
பாத்துதான் வெச்சிருக்குறென்.
★

பூத்தால் அசைக்கும்
காய்த்தால் உதிர்க்கும்
அள்ளி அணைக்கும்
காற்றை
முத்தமிட்டுத்
தன் நிழலில் தூங்கவைத்து
குளிர்தென்றலாய் மாற்றி அனுப்பி
அன்புருவாய் நின்றுகொண்டிருக்கிறது

வேறொன்றும்
ஆற்ற அறியாத மரம்...!
★

நாள் முழுக்க
மௌனமாயிருப்பது
யாருக்கும் எளிது.

அவ்வளவு இலகுவில்லை
இறுக மூடிய நீர்க்குழாய்
நள்ளிரவில்
முனைதிரட்டி உதிர்க்கும்
ஒற்றைத் துளிபோல்
மீண்டும் ஒரு சொல்லை
உதிர்ப்பது.

அவ்வளவு எளிதில்லை
மௌனம் கலைந்து
சொல்லும் முதல் சொல்
பிறந்த குழந்தையின்
வீறிடலாய்
எல்லாருக்கும்
இனிக்கும்படி இருப்பது.
★

உங்களுக்கு மட்டும்
ஒரு ரகசியம்
சொல்கிறேன்.

அடித்தால்
ஏன் என்று கேட்க
ஆள் இல்லாதவர்கள்தாம்
எழுதுவார்கள் !

அடிபட்ட வலியால்
உதடு கடித்துத்
துடிப்பவர்கள்தாம்
அதைப் படிப்பார்கள் !
★

தெருவில் ஒருவன்
'அம்மி கொத்தலையோ...
ஆட்டாங்கல் கொத்தலையோ' என்று
கூவிச் செல்கிறான்.

அந்தக் குரல்
என்னைக் கொத்துகிறது.

அவன்
பற்றியுள்ள நம்பிக்கையின்
ஒரு பிடி
என்னை அசைக்கிறது.

அவன்
இந்த தினத்தை
எதிர்கொள்ளும் வீரத்தின்
கூர்மை
என்னை வகிர்கிறது.

அவன்
இந்நவீன உலகின்மீது
உமிழும் ஓர் எச்சில் துமி
என்மீதும்
பட்டுத் தெறிக்கிறது !
★

உறவு உச்சத்தில்
சுவாதீனமின்றி
கடவுள் நாமத்தை உச்சரிக்கிறாள்
நாத்திகை !
★

கறிக்கடைகளை நோக்கிக்
கிளம்ப ஆயத்தமாகிறது
கோழிப்பண்ணை வண்டி.

ஏற்றி அடுக்கிய
செவ்வக வலைக்கூண்டுகளில்
பொரிந்து அறுபதே நாட்களான
இளங்குஞ்சுகள்.

வெள்ளை ரோஜாக்கள் மீது
முளைத்த மீன்கண்கள்
அவற்றுக்கு.

புதிதாய்ச் செல்லுமிடம்
பரந்த மேய்ச்சல் நிலம் என்ற
கனவு அக்கண்களுக்கு.

என்னை
வியந்து பார்க்கின்றன.

விடுவித்தால்
உடன்வரும் அன்போடு
ஒன்றோடொன்று
நெருக்கி நிற்கின்றன.

உயிர் கொன்று
ஊன் தின்னும்
மனித நாக்குகளைப் பற்றி
அவற்றுக்குச்
சைகையால் சொல்ல முயன்றேன்.

'கொக்'கரித்த குஞ்சுகள்
என்னைப் பார்த்துக்கொண்டே
சென்று மறைந்தன.

★

வாழ்ந்தால்
வாழைப் பூப்போல்
வாழ்ந்தொழிய வேண்டும்

ஒரே ஒரு பூப்புக்கு
நூறு பழங்களாய்ப் பழுத்து.
★

வரப்பில் கவணோடு
அமர்ந்திருப்பவனுக்குத் தெரியும்

கதிர்கொத்த வருவதை
விரட்ட.

புழுகொத்த வருவதை
அனுமதிக்க.
★

கருணையற்றவளிடம்
கெஞ்சிக்கொண்டிருக்கும்
யாசகன்
தன்னைக் காதலன் என்று
கருதிக்கொள்கிறான் !
★

கட்டுடுத்து அசையாதிருக்கும் நான்
காயத்தில் நீர்படாது குளிக்கலாம்.

நானோ
சில நாள்களாகக் குளியாதிருந்தேன்.

கடிந்தழைத்து
குளிப்பறைக்கு இட்டுச் சென்றாள்
என் தாய்.

சிறு வயதில்
என்னைத்
தன் கால்பாதத்தில் அமர்த்தி
கண்ணில் சோப்பிறக்கி
மூக்கில் சளி பிதுக்கி
முதுகைச் சுரண்டி
புரட்டிப் புரட்டி
அழ அழக் குளிப்பாட்டியவள்தான்.

இன்று
விக்ரகத்திற்கு
அபிஷேகம் செய்வாள்போல்
சுற்றிச் சுற்றி வந்து
என்மேல் நீரூற்றினாள்.

உடம்பில் சோப்பை
உறைக்க முடியாமல்
நழுவவிட்டாள்.

அன்று
அம்மாவின் குளிப்பாட்டல்
அழுக்ககற்றுவதாயிருக்கும்.

இன்று
நீரூற்றுவதே
நெடுங்காரியமாக இருக்கிறது.

ஒரு கட்டத்திற்கு மேல்
அம்மைக்கு
மேல்மூச்சு கீழ்மூச்சு வாங்கலாயிற்று.

பொறுக்க முடியாமல்
'நானே குளித்துக்கொள்வேன், போம்மா'
என்றனுப்பினேன்.
★

ஊடல்

நல்ல இரவுக்காகத்
தோன்றும் அந்தி நிலை

இன்னும் விரைந்து வளர
முறியும் கிளை

கட்டிக்கொள்வதற்காக
வெட்டிக்கொள்ளும் கலை

தன்னையே பிடித்துத்தர
தானே பின்னும் வலை

கரைமீறிச் செல்வதுபோல்
விரையும் அலை

குளிர வேண்டிக்
கொதிக்கும் உலை

எறும்பூரத் தேய்வதுபோல்
பதறும் இலை

முன்னே முள்தோன்றி
உள்ளே தேன்முதிரும் சுளை
★

உறவுகளும் நட்புகளும்
நலம் வினவ
வருகின்றன.

உரையாடலை நீட்டிக்க
அவர்களை
வினவுகிறேன்.

இயல்பாகத் தொடங்கித்
தம் பெருந்துயர்க் கதைகளைச்
சொல்லிச் செல்கிறார்கள்.

மருமகள்
மறைத்துத் தின்பதை

மகன்
கழுத்தை நெரித்ததை

கணவன்
கடன்பெருக்கியதை

நண்பன்
காரேற்றிச் செல்ல
முகஞ்சுளித்ததை

ஒரு துரோகத்தை
ஒரு வஞ்சகத்தை
ஒரு பழி தீர்ப்பை
ஒரு தோல்வியை
கேட்கத் தகாத வசவை.

அது
எம் இருதரப்பும்
கட்டிக்கொண்டழுவதில் முடிகிறது.

மீண்டு
எழமுடியாமல் ஆகிறது
என் நிலை !
★

நிராகரிப்புகளால்
நொந்தவனை
நிராகரிக்காமல்
பராமரிக்கிறாள்

தராதரமிழந்து
தறிகெட்டலைந்தவனை
புறாச்சிறகால் வருடுகிறாள்

மறுதலிப்பால் அறிவிழந்து
பரிதவித்துப் பாழ்பட்டவனை
முறிமருந்தூட்டி
முளைக்கச் செய்கிறாள்

வாராது வந்த மாமணியாய்
பர தேவதை !
★

முற்றிக் கனிந்த
கவிதை ஒன்று
வாடிய காம்பினின்று
உதிரத் துடிக்கிறது.

காற்றுபோல்
அதை அசைத்துத் தள்ளி
அகன்றுவிடுவதா ?

அன்றி
மடிவிரித்து
மண்ணொட்டாது
ஏந்தி எடுத்துக்கொள்வதா ?

யோசனை மட்டுமே
எனக்குள்ளது !
★

பகையுத்தத்தில்
எய்த என் அம்பு
அவன் மார்பு துளைத்தது.

அலறித் தரை சாய்ந்தவன்
ஈனமாய் முனகினான்.

முறுக்கிய மீசையுடன்
அவனை நெருங்கி
வெற்றியாளனின்
வழமையான கேள்வியை
செருக்குடன் கேட்டேன்.

'உன் கடைசி ஆசை ?'

வலிமீறி வார்த்தைகளை
உடைத்துடைத்து உதிர்த்தான்.

'என்னைத் தைத்த
உன் வில்லைத் தா'

அந்த ஈனக் கெஞ்சலில்
நிலை நழுவிய என் பகையை
அணைத்துப் பிடித்தவாறு
என் கொலை வில்லை
அவனுக்கே தந்து அகன்றேன்.

என் முதுகைத் தைத்துப் பாய்ந்தது
அவனைத் தைத்த
அதே அம்பு.

மண்ணில்
மரணச் சாய்வுற்றேன்.

ஊர்ந்து ஊர்ந்து
என்னை அடைந்தவன்

'உன் கடைசி ஆசையைச்
சொல்லும் நேரம் இது' என்றான்.

'இனி யாரேனும்
அவ்வில்லைக் கேட்டால்
ஒடித்துக் கொடு'

பகைக்குப் பிணமானோம்
இருவரும்.
★

மேற்கில்
ஒரு செங்காசு
மெல்ல உண்டியலுக்குள்
இறங்குகிறது.

கூடடைந்த புட்கள்
குஞ்சுகளை முத்தி
குழுப்பாட்டிசைக்கின்றன.

ஈக்கள்
மகரந்தப் புழுதியைத்
தேனுருக்கப் பிசைகின்றன.

பூக்கள்
அந்த வாழ்வே போதுமென்று
இதழ் முதிர்கின்றன.

மாடத்தில் அகலேற்றி
வாயில் பார்க்கும்
மரகத விழிக்கு
தொலைவில் தென்படட்டும்
தலைவன் தோற்றம் !
★

நதிநீர்ச் சிற்றலை
கரைப்புல்லை மோதினால்
சிணுங்கலாய்
அதன் தண்டு அதிருமே,
அந்த மனநடுக்கம்
உற்றால் போதும்.
ஒரு கவிதை எழுதுவேன்.

காட்டுச் சுனை
பெருகி ஒழுகும்முன்
ஈரப்படுமே,
அந்த அளவிற்கு
மனங்கசிந்தால் போதும்.
ஒன்றைச் சொல்ல வருவேன்.

வெண்ணெய் திரளும்முன்
சின்ன சின்ன குமிழ்கள் மிதக்குமே,
அந்த அளவிற்கு
ஒரு மனக்குமிழி
மிதந்தால் போதும்.
என்னால் பாட முடியும்.

அதற்குமேல்
நான் தாங்கமாட்டேன்.
நீங்களும்தாம் !
★

நாற்கரப் பெருவழியில்
சக்கரம் ஏறிச்
செத்த நாயுடல்
அப்படியே கிடக்கிறது.

அது
அகற்றப்படுவதே இல்லை.

மேலும் மேலும்
ஏறி நொறுக்கி
எலும்பைக் குழம்பாக்கிக்
கடக்கின்றன வாகனங்கள்.

நன்றியைத் தவிர
வேறுணர்வற்ற

வால்குழைவைத் தவிர
செயலறியாத

ஒரு ஜீவனுக்கு
என்னே
நம் கைம்மாறு !
★

மௌனத்தில் புதைந்து
அமைதி
இதழ்விரித்துப் பூத்த காட்டில்
ஒரு குழந்தைபோல்
ஏறிட்ட தலையும்
மலர்ந்த பொக்கையுமாய்த்
தவழ்ந்து வருகிறேன்

யாரது பாடுவது ?

அதைக் கேட்டு
அப்படியே கவிழ்ந்துறங்குகிறேன் !
★

உறக்கம் தொலைத்தவை
என் கண்கள்.
அவற்றில்
அழியா வடுவாய்ப் பதிந்திருப்பவை
உன் தோற்றங்கள்.
கருவான் பிறழும் விண்மீன்
எரிந்திறங்கி வந்து
உன்வீட்டு முகட்டில்
காகம் போல் வந்தமர்கிறது.
அதுவே
என் ஞாபகச் சுடர் என்பதை
நீயறியாய்.

சந்நியாசியின் கண்களால்
சலனமின்றிப் பார்க்கிறேன்
உன்னை.

அழுத குழந்தையை
அள்ளியெடுத்து
மழலைப் பூவிதழில்
மார்பு புகட்டுவதை.

ஆண்மையின் கொடையில்
பூரித்துக்கிடந்ததை.

இல்லப் பணிகளால்
அயர்ச்சியுற்று
ஆழ்ந்துறங்கியதை.

இந்த எளியவனின்
மங்கலான நினைவுகள் -
பிழைக்கத் தெரியாதவனைப் பற்றிய
கடந்தகால மீள்பார்வைகள் -
ரகசியமாய்ச் சொட்டும்
முன்னிரவுக் கண்ணீர் -
உனக்கு வேண்டாமென்று
வாழ்த்தித் திரும்புகிறேன் !
★

கூறிய மொழிகளும்
குறுகுறு விழிகளும்
குவியலாய் மனதினில் நிறைத்திடுமோ ?

சூரியச் சுடர்முகம்
சுண்டிய பால்நிறம்
நெஞ்சினுள் பூம்பனி இறைத்திடுமோ ?

மாரனின் ஆயுதம்
மார்பினில் பூங்குடம்
மன்மத ரகசியம் உரைத்திடுமோ ?

பொன்னிற மேனியும்
தூண்டில் விழிகளும்
துறவியை இல்லறம் அழைத்திடுமோ ?

இன்னொரு மேனகை
இவளெனும் கற்பனை
சிந்தனை ஓய்ந்து அலைவுறுமோ ?

மன்மதன் ஆகினால்
மைவிழி போதனை
மங்கிய இருளினில் உரைத்திடுமோ ?

காரிகை உன்னிடம்
காவியம் யாவுமே
கைகட்டி நிற்பதை விரும்பிடுமோ ?

கன்னியின் காதலை
கார்குழல் புதையலை
ஏற்பதை என்விதி மொழிந்திடுமோ ?
★

ஏதோ ஒன்றைப்
போலிருப்பான்
போலி.

ஒளிக்கேற்ப நீள் குறுகலோடு
முப்பரிமாணத் தகுதியற்றுத்
தரையோடு தரையாய்
அப்பிக்கிடக்கும்
சிலரின் நிழல்.

காற்றள்ளிப் போகும்
சுய வாசனையோடு
அழுக்கொட்டிய உள்ளங்கையோடு
புடவை மீறித்
தெரியும் பாதச் சந்தனத்தை
முகரத் துடிக்கும் மனத்தோடு
நிஜமாயிருப்பவன் அவன் !
★

பூச்சேர்ந்து தான்மணக்கும்
சுகந்த வைபவம்
நார் கண்ட சொப்பனம்.

பூக்காம்பு பற்றியதே
கிட்டாத பாக்கியம்.

சூடிய சுந்தரி
காரிருள் கூந்தலில்
ஆடிய அனுபவம்
மற்றொரு மகத்துவம் !
★

சுழன்றடி
சுருட்டியெறி
எனை வீழ்த்த முடியாது.

கொடும்புயலோ நீ
வேரோடு பெயர்த்து விறகாக்குவாயோ ?

முருங்கையல்லன் நான்
தென்னை

அது வீழக் காரணம்
கிளைகள்
கண்ட கண்ட திசைகளில்
கைநீட்டித் திரிந்தமை

என் ஒற்றைக் கிளையை
ஒடிக்கமுடியாது உழல்வாய்.
மீறினால் ஒரு மட்டை முறிப்பாய்.
இரண்டொரு குரும்பை உதிர்ப்பாய்.

வான் நோக்கி நீண்ட
என் ஒரே கிளையை
என் செய்வாய் ?
★

பாதை
கரடுமுரடாக இல்லை.

கல் தடுக்கியோ
கால் இடறியோ
விழப்போவதும் இல்லை.

பின் ஏன்
தலைகவிழ்ந்தே நடக்கிறாய் ?
★

ஊறிய வெல்லம்போல்
மின்னும் ஈர உதடுகளா ?

பல் முளையாத ஈறுகளால்
காம்பைக் கடித்துறுஞ்சும் குறும்பா ?

புதுப்பால்
மணம் கமழும்
குருத்துக் கழுத்தா ?

வெஞ்சுகம் தவற
விழிசுருக்கிக் காற்றுதைத்து
அழும் மழலையா ?

ஈரத்தின் பரவலில்
நெளியும் பிஞ்சுடல் மொழியா ?

எதுவும் இல்லை

உன்னிடம் எனக்குப் பிடித்தது
அவர் மாதிரியே
குறுகுறுவெனப்
பார்க்கும் இந்தப் பூங்கண்களே !
★

சுழற்காற்று தீண்டிய வேம்பு
கிளை இற்றது

நன்னிலம் தீண்டிய ஆல்
விழுதுற்றது

சாவதும் பிழைப்பதும்
சேர்வோர் இயல்பே !
★

உன் அன்பே
போதுமென்றேன்.

அண்மையை அளித்தாய்
அதன் புதுக்குளிரில் நடுங்கினேன்.

திருக்கோலம் காட்டினாய்
திவ்ய ரூபங்கண்டு
கண்கள் குளமாயின.

தீண்டி உறைய வைத்தாய்
திளைத்துப் புலனழிந்தேன்.

தழுவி எரித்தாய்
தழலாய்க் கூட
மிஞ்சவில்லை நான் !
★

இமைத்து முடிப்பதற்குள்
இன்றைக் காணோம்.

திரும்பிப் பார்ப்பதற்குள்
நேற்று சென்றுவிட்டது
நெடுந்தொலைவு.

காலை எடுப்பதற்குள்
நாளை முன்வந்து
வழிமறிக்கிறது.

ஒழுகும் குடத்தின்
ஓட்டையை
எங்ஙனம் அடைப்பேன் ?
★

நீ விரும்பி
உன்னை விரும்பாதவள்
அதமம்.

நீ அறியாது உன்னை விரும்பியவள்
மத்திமம்.

நீயும் விரும்பி
அவளும் விரும்பினால்
உத்தமம்.

நீயும் விரும்பாமல்
அவளும் விரும்பவில்லை எனில்
நரகம்.

நீ விரும்பாதது தெரிந்தும்
உன்னை விரும்புகிறாளே,
தெய்வீகம் !
★

ஓய்வு வேண்டி
விழி கெஞ்சிற்று
உறங்கச் சென்றேன்.

தானாய்க் கலையாத
துயிலை விழித்தாழ்
நீக்கித் திறந்தேன்.

இடையில்
என் மூடிய இமைகளுள்
தோன்றிய காட்சிகளைக்
கனவு என்கிறீர்கள்.
காட்சிப்பிழை என்கிறேன் நான்.
சொப்பனம் என்கிறீர்கள்.
தோற்ற மயக்கங்கள் என்கிறேன் நான்.
★

என்னை
முழுதாய் நம்பித்
தன் தனிமையை
என்னிடம் ஒப்படைத்து
ஒய்யாரமாய் நிற்கிறாள்.

அந்தப் புன்னகைக்கு
சிறு களங்கமும் தோன்றாமல்

அந்த நம்பிக்கையின்
ஓரப்பிசிறு உதிராமல்

அந்தப் பார்வைக்குள்
பதற்ற ஈரம் அரும்பாமல்

பொத்திக் காத்து
வழி அனுப்புகிறேன்.

இதுவரை நான் வகித்த பொறுப்புகளில்
இதுவும் பெரும் பொறுப்பு !
★

நாடு முழுதும்
சுற்றி அலைந்து

வழிமரத்தடியில்
பாய் விரித்துறங்கி

தேங்கிய குட்டையில்
கால்கை கழுவி

சாலையொதுங்கிக்
கலயம் பரப்பி

தானே சமைத்து
ஏதோ உண்டு

டீசல் புகையில்
ஈசலாய்க் கருகி

நாற்பது டன்கள்
நாற்பது நாட்கள்

ஆலை வாசலில்
ஏழையாய் நின்று

ஏற்றிய சுமையை
இறக்கி முடித்து

பெண்டு பிள்ளைகள்
காணத் திரும்பும்

லாரி ஓட்டுநர்
புழுதி முகத்தில்

பலநிலங் கண்ட
பயணப் பரவசம்

ஏனோ என்றும்
தென்படக் காணோம் !
★

என்னைச் சொல் எதுவும் சொல்
உன் மின்னார் பார்வையில் பண்ணூறெழுதிய
என்னைச் சொல் எதுவும் சொல்

சாகச் சொல் வேகச் சொல்
உன் நாகக் குழல்தெளி மோகத் திவலையில்
சாகச் சொல் வேகச் சொல்

ஆடச் சொல் அழியச் சொல்
உன் கூடல் நினைவெழ நாடிக் களிநடம்
ஆடச் சொல் அழியச் சொல்

மூழ்கச் சொல் முகரச் சொல்
உன் கற்புக் கானக உப்புச் சுனையினில்
மூழ்கச் சொல் முகரச் சொல்

ஒற்றச் சொல் ஒழியச் சொல்
உன் நெற்றிப் பிறைநுதல் முட்டும் வியர்வையை
ஒற்றச் சொல் ஒழியச் சொல்

கற்கச் சொல் கனியச் சொல்
உன் செக்கச் செவ்விதழ் சிக்கும் நூதனம்
கற்கச் சொல் கனியச் சொல்

தங்கச் சொல் தணியச் சொல்
உன் சங்குக் கழுத்தினில் தொங்கும் அணியென
தங்கச் சொல் தணியச் சொல்

சேரச் சொல் சிவக்கச் சொல்
உன் மார்பின் மேல்துகில் போல்நான் படிந்திட
சேரச் சொல் சிவக்கச் சொல்

பற்றச் சொல் பணியச் சொல்
உன் சிற்பச் செந்திற நுட்பச் சிற்றிடை
பற்றச் சொல் பணியச் சொல்

வாழச் சொல் வருகை சொல்
உன் ஆழக் கடல்மனம் அறியத் தந்தெனை
வாழச் சொல் வருகை சொல்
★

குப்பைத் தொட்டியில்
தன் பச்சை மகவை
எறிந்து சென்றவள்

எஞ்ஞான்றும்
அவ்வீதிவழி
திரும்பி வரமாட்டாள்.

ஏந்தி எடுக்கக் கெஞ்சி
நீண்ட பூங்கரமும்

பிரிவை அறியாமல்
சிரித்துக் குழைந்த சிற்றிதழும்

இன்னும்
அவள் கண்ணில்
நிழலாடிக் கொண்டிருக்கும் !
★

இருந்த காசுக்கு
ஒரு மிட்டாய் வாங்கி

சட்டை முனை சுற்றி
பல்லால் கடித்து

ஆளுக்கொரு பாதியை
வாயிட்டுச் சுவைத்த

அந்த நண்பனை
எந்த இடத்தில்

தொலைத்தேன் ?
★

பர்சில் உள்ள
மனைவி மகள்
படம் பார்த்து

மணலில் தலைபுதைத்து
உன் அன்பைக் கண்ணீராய்
உகுத்தும்
அரபுப் பாலை
மருதமாகலையே

பொருள்வயின் தொலைந்த
என் சகோதரா !
★

உழைப்புநாள் முடிவில்
முன்னிரவுக் கடையில்

புரோட்டாவைப் பிய்த்து
குழம்பில் குழைத்துருட்டி

வாயிட்டுத் தின்றுகொண்டே
காரத்தால் நாச்சுழற்றியபடி

ஏறிட்டுப் பார்க்கும்
அவன்

எனக்குள்
ஓர் இனம்புரியா நிறைவை
ஊட்டுகிறான் !

அது
பசியின்மீது
அவன் நிகழ்த்தும்
சமரால் ஏற்படும் நிறைவோ..!
★

அசுர வேகத்தில்
வாகனங்கள் பறக்கும்
நெடுஞ்சாலையோரம்

கருப்புக் கண்ணாடியும்
கந்தல் சட்டையும் அணிந்த
குருடன்

சாலையைக் கடந்தாகவேண்டிய
எத்தனிப்பில்
கைக்கோலை முன்நீட்டி

தலைதாழ்ந்து
ஒலிகூர்ந்து
செவிநுணுகி நிற்கிறான்.

உன்முன்
என்நிலையும்
ஏறத்தாழ அதுதான் !
★

நீ
அப்படி இருந்தால்
இப்படி இருப்பேன்

சொற்படி நடப்பேன்
பொற்கொடியாள் உன்
சிற்றடி கிடப்பேன்
கற்படியாய் உன்
காலடி சுமப்பேன்

அப்படி இப்படி இருந்தால்
எப்படி இருப்பேன் ?
★

எதுவும் நடக்கலாம்

அம்பை
வெற்றுக்கோல் ஆக்குவது
முள்முனையளவு முறிவே

கண்ணை அரித்து
அழவைப்பது சிறு துகளே

பெருந்தோப்பைத் தன்னகங்கொண்ட
சூல்மலரைத் தரையுதிர்ப்பது
காம்பின் சிறு நசிவே

கொம்பெருதைத் தொற்றிப் பற்றும்
ஜல்லிக்கட்டு மல்லனின்
அணுகு நுட்பத்தோடு
உறவாட வேண்டும்
யாரோடும் !

அன்றேல்
குத்திக் கிழிபட்டுக்
குருதிவடிக்கும் உள்ளம் !
★

என் முதல் பைக்கை
வாங்கியபோதுதான்
உலகின்
எல்லாச் சாலைகளும்
எனக்கும் சொந்தம்
என்பதை உணர்ந்தேன் !
★

எச்சில் வைக்காமல்
அச்சு வெல்லம்
கொணர்ந்து தந்தவன்

என்னை
உப்பு மூட்டையாய் ஏற்றி
பள்ளி மைதானத்தை
வியர்க்கச் சுற்றியவன்

முதல்முதலாய்
தன் பேட்டை
நான் பிடிக்கத் தந்து
பந்து வீசியவன்

தன்வீடு அழைத்து
முன்பின் கண்டிராத டிவியைத்
தொட்டு இயக்கக் கற்பித்து
கருப்பு வெள்ளைப் படத்தைக்
காணக் காட்டியவன்

அரங்கிற்குள்
முண்டி நுழைந்து
வசதியான இருக்கை பிடித்து
அமர்த்தியவன்

தன் பரீட்சை வினாத்தாள்கள்
எனக்குப் பயன்படுமென்று
தேடிவந்து கொடுத்தவன்

தன் சின்ன சைக்கிளை
எனக்கு ஓட்டத் தந்தவன்

வீட்டு விருந்தில்
மீந்த ரோஜா பாக்குகளை
அள்ளிவந்து கைதிணித்தவன்

நான்
பார்க்க முடியாத படங்களைத்
தான் பார்த்திருந்தால்
விவரித்துக் கதை சொன்னவன்

சுடுகாட்டுச் சாலையில்
மண்டையோடுகளை உதைத்தபடி
வீடு திரும்பும் மாலையில்
உடன்வந்தவன்

அச்சுமுறிந்த மிதிவண்டியை
சுமந்துவந்து
விட்டுச் சென்றவன்

கடல்போன்ற குட்டையொன்றை
அறிமுகப்படுத்தி
நீர்மூழ்கி நீந்தப் பழக்கியவன்

விலை பார்த்து
விட்டு வந்த
புத்தகத்தைத்
தன் கைப்பணத்தில் வாங்கி
என்னிடம் சேர்த்தவன்

என் முதல் தொகுப்புக்கு
மொத்த வணிகனிடம்
வாங்கிய தாள்சுருளை
அச்சகம்வரை சுமந்தவன்

எத்தனையோ தலங்களுக்கு
கை பிடித்து
அழைத்துச் சென்று
சிலைகள் காட்டியவன்

எப்பொழுது வந்தாலும்
என்வீட்டில் தங்கு' என்று
அன்புத்தாழ் போட்டவன்

என
எனக்கு அமைந்த நண்பர்கள்
என்னைச் செதுக்கினார்கள்.

★

அவளை
அழுத்த முத்தமிட்டுக்
கிளம்பியவன்
சாலைமுனையில்
எதிர்வாகனம்
மோதி மரித்தான்.

இறைவன்
இப்படியுமா ஊழ் வகுத்தான்,
இக்கணம்
இறந்துவிட்டவன்
உயிர்ததும்ப இட்டுச் சென்ற
முத்தத்தின்
ஈரங்காயாத இதழோடு
அவள் இளகிநிற்கும்படி...!
★

நோகிறேன் என்று
................நொந்திருந்தாள்.

ஆகிறேன் என்று
................அருகு ஏகினேன்.

................என் அண்மையின்
................நன்மையை
................உணரா நின்றாள்.

வேகிறேன் என்று
................விரும்பிக் களைத்தேன்.

போகிறேன் என்று
................புலம் எழுந்தேன்.

சாகிறேன் என்று
................சரிந்தழுகிறாள்.
★

என்னை ஐயுற்று
எழும்
உன் ஒவ்வொரு கேள்வியிலும்
என்னைத் தாங்கித்
தாம் வாழ்வதைத் தவிர
ஏதொன்றும் அறியாத
என் உண்மையின் கால்கள்
துவண்டு தளர்கின்றன.

ஆளற்ற புழுதிச் சாலையில்
முறிந்த பின்னங்காலுடன்
நாத்தள்ள
உந்தி உந்தி நகரும்
நாயாக உணர்கிறேன்
அக்கணம் !
★

கோடி கொண்டெழுப்பிய
மாட மாளிகை

சிலநூறு பெறுமான
செம்புக் கம்பியால்

தெருக் கம்பத்தைத்
தீண்டினாலன்றி

ஒளியின் சுடருயிர்
எங்ஙனம் பெறுமாம் ?
★

கடைகளின் காவல்காரன்
நின்றுகொண்டிருக்கிறான்.

அறுபதுகளை
நெருங்கும் வயதினன்.

தடித்த விளிம்புள்ள கண்ணாடி
அணிந்திருக்கிறான்.

கன்னத்தெலும்புகள்
பிதுங்கித் தெரிய
அழுத்தி மழித்திருக்கிறான்.

அந்தக் கடையின்
ஆடம்பரத்திற்குச்
சற்றும் பொருத்தமின்றி
அவன் அணிந்துள்ள
சீருடை நைந்திருக்கிறது.

தலைமுடிகள்
பகுதி நரைத்திருக்கின்றன.

மகன்கள் பாராமுகமாக
மருமக்கள் துரத்த
மகள் வீட்டில் ஒண்டியிருக்கிறான்.

மனைவியால்
என்றோ கைவிடப்பட்டவன்.

அங்கே ஓர் ஆள் என்பதன்றி
அவன்
எதையும் காக்கும் வலுவற்றவன்.

என்றாலும்
கடைதோறும் காவல் நிற்கிறான்.

நாள்முழுக்க நிராதரவாய்

வணிக உலகில்
தன்பங்கு எதுவுமின்றி நிற்கிறான்.

கோடிகளுக்குக் காவல் நின்று
சிலவாயிரங்களை
ஊதியமாய்ப் பெறுபவன் அவன்.

செழிப்பாய் வாழ்ந்த காலத்தில்
அது
அவனுக்கு ஒருநாள் செலவுத்தொகை
இன்று அப்பணம்
அவனுக்கு ஜீவாதாரம்

அதே கடையில்
தன் பேத்திக்கு
ஒரு கவுன் வாங்கிக்கொள்கிறான்.

பணி முடிந்து
இருளில்
மெல்ல நடக்கும் அவனை
இந்த உலகம்
என்றோ நிராகரித்துவிட்டது.

அவன்தான்
இவ்வுலகோடு பெருவிருப்புற்று
செக்யூரிட்டியாக வாழ முயல்கிறான்.
★

கீற்றுக் கீற்றாய்
வெள்ளரி அரிந்து

மூங்கில் கூடையில்
பாங்காய் அடுக்கி

சிலநொடி நிற்கும்
பேருந்தை நாடி

சன்னல் பயணியை
மின்னலாய் மயக்கி

கூறொன்று விற்கும்
சிறுமியின் வினைத்திறம்

என்னிடம் உண்டோ !
உன்னிடம் உண்டோ !

யாரிடம் தேடினும்
தென்படாதன்றோ !
★

நேரில் வந்தால்
நேர் காணாமல்
நீர்போல் நிலங்காணும் அவள்
நேர்வா என்பாள்.

நேர் செல்லாமல்
நேர்மை தேர்.

நேர்மைக்கும் சோதனை
நேரும்.

நேர்த்தியாய்
நெறி நில்.
★

பிரசவ அறையேகி
பெருவலி தாங்கிப்

பிள்ளைத் தலை
பிதுக்கிப் பெற்றுப்
பின்னாயிரம் இரவுகள்
கண்விழித்துப் பால்புகட்டிக்
கழிவள்ளிக்
கதகதத்துறங்கவைத்தவள்

பேசும் பேச்சன்றிப்
பிறத்தியார் பேச்சு
பெண்ணியமாமோ, உலகத்தீரே !
★

யானை
மென்று குதப்புவதில்
உதிரும்
பழத்துணுக்குகள் போதும்

நான்
உணவேந்த நீட்டும்
அலுமினியத் தட்டில்
நீ பிச்சையிட...
★

உன்னை
தனியாக நிற்கவிட்டுச்
செல்வேன் எனில்

அது
ஒரு மாமலையின்
அந்திப் பெருநிழலாக
இருக்க வேண்டும்

அன்றேல்
ஒரு பூங்கொப்பின்
வண்ணக் கலைநிழலாக
இருக்க வேண்டும் !
★

கடல் நத்தையாய்ப்
பிறந்திருந்தால்
ஈரப் பேருலகில்
நீந்தித் திளைத்து
இறுதிக் கரைமணலில்
சங்குருக்கொண்டு
உன்னைச் சந்தித்திருப்பேன்.

நில நத்தையாய்ப் பிறந்தேன்.
என்னால்
ஒரு வரப்பைக் கடக்க முடியவில்லை.
உன்னைத் தொடர்ந்தும்
வரமுடியவில்லை.

களைத்துக் கூட்டுக்குள் முடங்கி
உறங்கும் என்னை
உன் பாதமே
நசுக்கிக் கொன்றது என்பதையும்
நானறியவில்லை !
★

தென்னைகள் சூழ்ந்த
வயல் சாலையில்
சென்றேன்.

மேற்கு மலைச்
சிகர உச்சியில்
பொழிந்த மழைத்துளிகள்
இடை குறுக்கிட்ட
பாசன வாய்க்காலில்
நீர்ப்பேச்சு பேசியபடி
என்னைக் கடந்து சென்றன !

அந்தத் துளிகள்
எங்கோ
மண்ணில் இறங்கி
பூமித்தாய் வயிற்றுத்
தமனிகளிலும் சிரைகளிலும்
பயணப்பட்டு
என் வீட்டுக் கிணற்றில்
ஒருநாள்
பளிச்சென்று சிரிக்கும்,
அதை நான் பார்ப்பேன் !
★

அவள்
நினைத்துப் பார்த்திருக்கவில்லை,

தான் அறம் பயின்ற
பள்ளிச் சுவரோரம்

ஒரு பாவத்தின் நிமித்தம்
காத்திருக்க வேண்டியிருக்கும் என்று.
★

அன்பின்மையின்
சலனமற்ற தாவர முகம்
உனது.

பேரன்பின்
திரள்முகில் அலைவு எனது.

நான்
எடை கூடி மின்னி அடித்ததில்
உன் முகம்
ஒரு மர்மத் தீவுபோல்
ஒற்றை நொடியளவு
தென்பட்டது.

தீவின் மீது
திரண்டிறங்கினால்
உன் பச்சை இலைகளனைத்தையும்
தீண்டித் தழுவலாம் என்று
மழைத்துக் குதித்தேன்.

உன்
இலைமுனை பற்றி
எத்தனை நேரம்தான்
தொங்குவதாம் ?

வலிமை இழந்து
துளியாய்த் தரை விழுந்தேன்.

மண்ணுக்குள் இறங்கி
உன் சல்லி வேர்களைக் கண்டேன்.

அவை
என்மீதெழுந்த தாகத்தில்
என்னைப் பருகிய தாபத்தில்
எப்படித் துடித்தன, தெரியுமா?
★

இன்று உண்ணும்
சுவையான இந்தக் காய்

நேற்று
கருச்சிதைவுற்றவள்

தினப்பாடு
தவிர்க்க முடியாமல்

காடிறங்கிக்
களையெடுத்துக்

காப்பாற்றி அனுப்பியதாய்
இருக்கலாம் !
★

காதல் பஞ்சாயத்துகளில்
காதலர் விழிகளில்
குணப்படுத்தவே முடியாத
பைத்தியச் சுவடுகளைக்
காண்கிறேன் !
★

கனி நடுச்சோற்றுடன்
ஊன்றிக்
கலந்திருக்கும் காம்புபோல்
உன் நினைவு !
★

(திருக்குறள்கள் சுட்டும் பொருள்களை அதன் பொருட் செறிவு குன்றாமல் அதே நறுமணத்தோடு, ஒவ்வொரு குறளுக்கும் உரித்தான அதே தொனியோடு, நவீன காலத்திற்கேற்ற புதுச் சொல்லாடல்களோடு, காலத்திற்கேற்ற பொருத்தப்பாடுகளோடு, குறள்களை நிகர்த்த அடர்ந்த மொழிச் சுவையோடு - எனக்கு வாய்த்த நவீன கவிதை மொழியில் எழுதிவிடவேண்டும் என்பது என் நெடுநாள் தாகம். அம்முயற்சியின் முதல் அடிவைப் பாக குறளதிகாரங்கள் சிலவற்றை எழுதி முடித்தேன். அவற்றைத்தாம் இனி வாசிக்க உள்ளீர்கள். விரைவில் 1330 குறளமுதங்களையும் நவீன கவிதையில் யாத்து விடுவேன் என்று நம்புகிறேன். இது காலக்கெடு வகுத்துக் கொள்ள முடியாத முயற்சி என்பதை அறிவீர்கள்)

தீவினை அச்சம்

தீங்கிழைப்போன் காடழிப்பான் நாடழிப்பான்
தீங்கிழைக்க அஞ்சுவோன்
மலர்கிள்ள மயங்குவான்
★

தீங்கெனும் கன்றுகளுக்கு நீரூற்றினால்
வளர்ந்து மரமாகி
தீங்கெனும் எரிநிழல் பெய்யும்
★

எதிர்த்தடிக்க எண்ணாதிருந்து
கடந்துவிடும் அறிவு
தீமையின் நஞ்சுக்கு முறிமருந்து
★

அறியாமற் செய்த தீங்குக்கு
ஆற்றிநின்ற
அறங்களே பகை

★

இல்லாமையால் செய்த தீங்கு
பசிக்கு
முள்ளோடு தின்ற கள்ளிப் பழம்

★

கெடுதல்களால் கெடாதிருக்க
கெடுதல்களைக் கொடாதிரு !
சுடுகொள்ளி அகன்றால் சூடேது ?

★

எதிரியால் தீங்கு எள்ளளவு !
எதிர்மறைச் செயலால்
ஏற்பட்ட தீங்குக்கேது கொள்ளளவு ?

★

தீச்செயல் விளைவை
ஓடியொளிந்து காப்பதேது ?
வால்பற்றிய நெருப்பை வைக்கோல் போரில்
தேய்த்தணைக்க முயன்றதாம் குரங்கு !

★

தீங்கிழைக்கத் தெரியாதிருத்தல்
அடுத்துக் கெடுக்க அறியாதிருத்தல்
உன்னை ஓம்பும் உளப்பாங்கு

★

தீச்செயல் அறியான் நெஞ்சு
வண்ணத்துப் பூச்சி
வந்தமரும் பூங்கொடி

★

புறங்கூறாமை

நேரில் இல்லாதார்பற்றி
நிறையழியப் பேசுவோர்
ஊருக்கு நூற்றுவர்
★

முகத்தின்முன் ஒன்றாக
முகத்தின்பின் வேறாகப் பேசுவோன்
அகமெல்லாம் அழுக்கு
★

இல்லாத ஆள்குறித்துப்
பொல்லாங்கு சொல்பவன்
மனிதக் கீழ்மையின் கடையன்
★

நேர்நின்று எதிர்க்கலாம்
புறம்போய்ச் செய்யலாமா
புன்னகை ?
★

புறஞ்சொல் வல்லாரை
அறவோரின் அறிவு
அப்படியே அறியும்
★

புறங்கூறித் திரிபவனின் மறுபுறம்
வௌவால்கள் அடைந்துறங்கும்
பாழிடம்
★

உவந்து உள்ளம் களிக்கும் நட்பை
புறங்கூறுவோன்
என்றும் பெறத் தெரியாதவன்
★

உடனிருந்து புறம்சொல்பவனால்
தோழர்கள் தொலைவர்
பெருகுவர் எதிரிகள்
★

புறங்கூறிக் குடிகெடுத்தோன்
மண்ணுக்குப் போகுமுன்
மனப்பிணியுற மாட்டானா ?

★

மாற்றானைத் தூற்றும்முன்
மனக்கண்ணாடியில் கண்டாயா
உன்னழகை ?

★

பயனில சொல்லாமை

சொற்களின் கூர்முனைகள்
வாள்களை ஒத்தன
முகைகளையும் ஒத்தன

★

தோழனைச் சொல் சேரவில்லை எனில்
அங்கே இன்னும்
தோழமை தோன்றவில்லை

★

யாரும் கேளாச் சொற்களைப்
பேசும் வாய்
ஊமைக்கு எவ்விதம் உயர்ந்ததாம் ?

★

ஒரு சொல் மீண்டும் மீண்டும் சொல்லப்பட்டால்
அங்கே சொல்லும் இல்லை
சொல்பவனும் இல்லை

★

சான்றோர் சொற்கள்
அயராமல் பறக்கும் பறவைகள்
அவை நெடுவானம் தொடுவன

★

நலம் பயக்கும் சொற்கள்
நடுங்கும் குளிரில் காய்வோர்முன்
நன்கு பற்றிய நெருப்புத் தணல்.

★

நீதியில் மூழ்கி
அறத்தில் ஊறிய சொற்கள்
வெறும் தீர்ப்புகள் மட்டுமேவா ?
★

தாகித்திருப்போர் நாவில்
குளிர் துளியாய் இறங்கவே
உன் சொற்கள் முயலட்டும்
★

தவறிச் சொல்லாத சொல்
பயன் தவறாத சொல்
எத்துணை மகத்தான விதை
★

பிணைபட்டவனின் கட்டுகள் அறுக்கும்
சொற்களைக் கூறுபவன்
விடுதலையின் தலைமகன்
★

வான்சிறப்பு

வானம் வள்ளல் என்பதால் வழங்கவில்லை
நாம் அதன் பிள்ளைகள் என்பதால்
பெற்றுக்கொள்கிறோம்
★

உணவை ஆக்கி உணவும் ஆகும் மழையே !
நீ உயிரை ஆக்கி
உதிரத்தை ஊட்டும் எம் தாயே !
★

பசிப்பிணி கண்டு
புதுவழிகாணப் புறப்படுவோம் எனத்தானே
நீ பொய்த்துப்போகிறாய் !
★

எமக்கு ஏர்செய்யத் தெரியும்
மழையே உனக்கு மட்டுமே
நீர் செய்யத் தெரியும்
★

பெய்து கெடுப்பாய்
பெய்யாமலும் கெடுப்பாய்
கொடுத்துக் கெடுத்தது போதும் என்றா
கெடுத்துக் கொடுக்கிறாய் ?
★

புல்லிதழ் ஒரு துளி மழையால் துளிர்த்ததெனில்
மண்ணுயிர்கள் மீது
எத்தனை மாக்கடல்கள் பொழிந்திருக்கும் !
★

முகில் வற்ற கடல் வற்றும்
கடல் வற்றும் அன்றே
நம் காலம் முற்றும்
★

உழவுச் சேற்றில்
மிதிபடவே விரும்பும் உன்னை
வழிபடும் தகுதி அருள்வாய் !
★

நீ வானிலிருந்து வருவது
எல்லாரும் ஏய்த்துச் சென்ற எம்மை
ஏய்க்க மனமில்லாமல்தானே !
★

புகைப்போக்கி பொத்துக்கொண்டிருந்தாலும்
பகைப்போக்கில் செல்லாத பண்புருவே
பணிந்தோம் யாம் !
★

தகையணங்குறுத்தல்

பெண்ணுருக்கொண்டு கண்விழுந்தாள் அவள்
வண்ணத்திற்கும் வனப்பிற்கும் முன்
வானத்தையும் வையத்தையும் வை
★

உன்பார்வையின் தாக்குதல்கள் பேரரசின் வல்லாயுதங்கள்
கையளவு வெடிமருந்துடன், எதிர்கொள்ளும் நான்
சிறுபுரட்சிக்குழுவின் எஞ்சிய வீரன்
★

என்னைக் கொல்லும் எமன் உன் கண்ணுக்குள
என் நெஞ்சுக்கூட்டில் உயிராகத் துடிக்கிறது
அவன் இரை

★

கண்டதும் வீழ்த்தும் கண்கள் உனக்கு
இனி என்றென்றும் எழமுடியாத எனக்கு
இது வரலாற்று வீழ்ச்சி

★

வதம்செய்து கொல்வதில் ஏவுகணையோ கண்கள்
இதம்செய்து தணிப்பதில் பூமழையோ கண்கள்
பார்வையில் எத்தனை பாவங்கள்

★

புருவத்தை நெரிக்காமலிரு
கற்கண்டுகளாய் நொறுங்குகின்றன
என் இறுதி நம்பிக்கைகள்

★

உன் இடைமேல் துகிலின் அருமை முன்னம்
என் நிலையும் நேரும்
எத்துணை இழிவு !

★

சொல்வென்று மல்வென்று வில்வென்றென்ன
உன்பாதம் சேர
முதுகு வளைந்து அடிபணிந்தேன்

★

ஞானத்தினால் தோன்றும் மோனத்தைத் தெரியும்
தெரியுமா
அவள் நாணத்தினால் தோன்றும் மன ஊனத்தை ?

★

பனையும் கமுகும் தலைக்கேறித் தணியும் கள்சொரியும்
பாடைவரை கூடவரும் போதைதரும்
பனிநீர் இதழாள் உதிர்த்த கள்

★